महाराणा प्राताप यांचे नाव घेतल्याबरोबर आपल्या डोळयांसमोर मोगल साम्राज्याच्या सत्तेला आव्हान देणाऱ्या शौर्याने परिपूर्ण असलेल्या वीर योद्धयाची प्रतिमा साकार होते. स्वातंत्र्य मिळविण्यासाठी प्रतिकूल परिस्थितीतही त्यांनी केलेल्या संघर्षाची सामान्य माणूस कल्पनीह करू शकत नाही. मेवाडचा राजा असूनही त्यांना आपल्या जीवनातील बहुतेक काळ अरण्यात आणि पर्वतांवर भटकंती करीत घालवावा लागला. आपली अदम्या इच्छाशक्ती आणि अभूतपूर्व युद्ध कौशल्य याच्या बळावर ते शेवटी मेवाडला स्वतंत्र करण्यात यशस्वी झाले.

भौतिक सुख साधनांचा त्याग करीत त्यांनी मातृभूमीच्या स्वातंत्र्याच्या रक्षणासाठी केलेला सातत्यपूर्ण संघर्ष म्हणजे भारतीय स्वातंत्र्य युद्धातील सुवर्णाक्षराने लिहिलेले प्रकरण आहे. सादर करीत आहोत, महाराणा प्रताप यांचे साध्या आणि सोप्या भाषेती थोडक्यात जीवन चरित्र.

AA000780

महाराणा प्रताप

डॉ. भवानसिंग राणा

डायमंड बुक्स

© प्रकाशकाधीन

प्रकाशक : डायमंड पॉकेट बुक्स (प्रा.) लि.
X -30, ओखला इंडस्ट्रियल एरिया, फेज-II
नई दिल्ली-110020
फोन : 011-40712200
ई-मेल : wecare@diamondbooks.in
वेबसाइट : www.diamondbooks.in
संस्करण : 2024

महाराणा प्रताप **(Marathi)**
by : डॉ. भवानसिंग राणा

दोन शब्द

देशप्रेम, त्याग, बलिदान, संघर्ष या गुणांचे प्रतिक म्हणून महाराणा प्रताप भारतीय समाजासाठी श्रद्धा आणि अभिमानाचा विषय आहोत. त्यांचे नाव घेतले की आपल्या डोळ्यांसमोर मोगल साम्राज्याच्या सत्तेला आव्हान देणाऱ्या शौर्याने परिपूर्ण असलेल्या वीर योद्धयाची प्रतिमा साकार होते. स्वातंत्र्य मिळविण्यासाठी प्रतिकूल परिस्थितीतही त्यांनी केलेल्या संघर्षाची सामान्य माणूस कल्पनीाह करू शकत नाही. मेवाडचा राजा असूनही त्यांना आपल्या जीवनातील बहुतेक काळ अरण्यात आणि पर्वतांवर भटकंती करीत घालवावा लागला. आपली अदम्या इच्छाशक्ती आणि अभूतपूर्व युद्ध कौशल्य याच्या बळावर ते शेवटी मेवाडला स्वतंत्र करण्यात यशस्वी झाले.

भौतिक सुख साधनांचा त्याग करीत त्यांनी मातृभूमीच्या स्वातंत्र्याच्या रक्षणासाठी केलेला सातत्यपूर्ण संघर्ष म्हणजे भारतीय स्वातंत्र्य युद्धातील सुवर्णाक्षराने लिहिलेले प्रकरण आहे. त्यांच्यासारखे व्यक्तिमत्त्व देश आणि समाजासाठी युग युगे प्रेरणादायी असते. आज भारतात राष्ट्रीय भावना हीनतेच्या दिशेने अग्रेसर होताना दिसत आहे. अशा वेळी महाराणा प्रताप यांचे जीवन चरित्र आदर्श देणारे आहे. याच कारणामुळे मातृभूमीच्या स्वातंत्र्याच्या उपासकांसाठी ते नेहमीच संस्मरणीय आणि वंदनीय ठरले आहेत.

या पुस्तकासाठी संदर्भ साहित्याचे संकलन करण्यासाठी डॉ. गौरिशंकर हिराचंद ओझा, महामोहपाध्याय कविराज श्यामलदास (वीरविनोद), डॉ. गोपीनाथ शर्मा, डॉ. आशीर्वादीलाल, महापंडीत राहुल सांस्कृत्यायन, कर्नल टॉड, डॉ. राम प्रसाद त्रिपाठी, श्री राजेंद्र बिडा, श्री राजेंद्र शंकर भट्ट यांच्यासारख्या इतिहासतज्ज्ञ विद्वांनांच्या पुस्तकाचा आधार घेतला आहे. या सर्वांचा मी ऋणी आहे.

- डॉ. भवानसिंग राणा

अनुक्रमणिका

प्रकरण पहिले
मेवाड आणि तेथील राजघराणे

भारतीय इतिहासात राजपुतांचे स्थान अभिमानास्पद राहिले आहे. येथील राजपुतांनी देश, जात आणि स्वातंत्र्याच्या रक्षणासाठी आपल्या प्राणाचे बलिदान करायला मागे पुढे पाहिले नाही. त्यांच्या या त्यागाचा संपूर्ण देशाला अभिमान आहे. वीर रसाची भूमी असलेल्या या भागात राजपुताची अनेक लहान मोठी राज्ये होती. त्यांनी भारतांच्या इतिहासात त्यांनी अनेक सन्मानाची प्रकरणे लिहून ठेवली आहेत. या राज्यांमध्ये मेवाडचे आपले असे एक खास स्थान राहिले आहे. तेथील वप्पारल, खुमाणचापहिला महाराणा हंभीर, महराणा कुंभा, महाराणा सांगा तसेच या पुस्तकाचा नायक असलेला शिरोमणी महाराणा प्रताप यांच्यासारख्या थोर विरांनी जन्म घेतला आहे.

मेवाडची भौगोलिक स्थिती

मेवाडचा इतिहास या राज्याच्या सुरूवातीपासूनच अतिशय गौरवशाली राहिला आहे. मध्ययुगात येथील शासकांनी तसेच लोकांनी आपल्या स्वातंत्र्याच्या रक्षणासाठी मुसलमान सुलतानाविरूद्ध केलेला संघर्ष इतिहासात अद्वितीय आहे. या राज्याच्या इतिहासात वीरता, त्याग, बलिदान आणि स्वातंत्र्य प्रेमाचा अद्वितीय समन्वय आढळून

येतो. याच्या य़ा वैशिष्ट्याचे एक महत्त्वाचे कारण म्हणजे येथील भौगोलिक स्थिती आहे. ती उर्वरित राजस्थानपेक्षा वेगळी आहे. याचे स्थान २३.४९ ते २५.५८ उत्तर अक्षांस आणि ७३.१ ते ७५.४९ दक्षिण अक्षांसापर्यंत आहे. सध्या हे राज्य भिलवाडा, चितौड आणि उदयपूरपासून वेगळे आहे. याच्या पूर्वेला निमच, टोक, कोटा आणि बुंदी तर दक्षिणेला डुंगरपूर, बांसवाडा आणि प्रतापगढ; दक्षिण पश्चिमेला ईश्वर, पश्चिमेला जोधपूर आणि सिरोही तर उत्तरेला अजमेर, मेरवाड आणि भिलवाडाचा काही भाग तसेच उत्तर पूर्वेला जयपूर आहे.

मेवाडचे चार नैसर्गिक विभाग पडतात,

(१) पश्चिमी पर्वतरांगा

(२) पूर्व पर्वतरांगा

(३) दक्षिणी पर्वतरांगा

(४) मध्यवर्ती मैदानी भाग

पश्चिमी पर्वतरांगा उत्तरेला दिवेरपासून सुरू होतात आणि दक्षिणेत देवलपर्यंत पसरल्या आहेत. याच पर्वतरांगाना अरवली किंवा अडवल डोंगर म्हटले जाते. यामधील सर्वात उंच शिखर कुंभलगड जवळ जरगा नावाच्या ठिकाणी असून त्याची समुद्र सपाटीपासूनची उंची ४३५ फूट आहे. या पर्वतरांगेत अनेक खोल दऱ्या आहेत. त्यांना स्थानिक भाषेत 'नाल' म्हणतात. यामध्ये देसुरी, हातीगुडो, जीलवाडा येथील नाल प्रमुख आहेत. बाहेरील शत्रूंचा प्रवेश अडविण्यासाठी या नालांवर सुरक्षा व्यवस्था ठेवलेली असे. हातिगुडा येथे स्वातंत्र्याच्या रक्षणासाठी आपल्या प्राणांचे बलिदान करणाऱ्या वीरांचे स्मारक बनविले आहे. या पर्वतरांगामधून लहान मोठ्या अनेक नद्या वाहतात. ज्या मेवाडच्या मैदानी भागातील शेतीसाठी वरदान ठरल्या आहेत. या भागातही मध्ये आणि इतरत्र भिल तसेच इतर आदिवासींच्या वस्त्या आहेत. जागोजागी त्यांनी शेतीयोग्य जमिन निर्माण केली आहे. या पर्वतरांगांचा दक्षिण भाग गोगुंदापर्यंत पसरला आहे. त्याला भोमट म्हणतात. ही पर्वतरांग या दिशेने मेवाडचे नैसर्गिकरित्य रक्षण करण्याचे काम करते. येथूनच उदयसिंग आणि महाराणा प्रताप यांनी मोगल सम्राट अकबर बादशहाविरूद्ध गुरिल्ला युद्ध केले होते.

अरावली पर्वतांचीच लहान पर्वतरांग उत्तर-पूर्वी देवलीपासून भिलवाडापर्यंत गेली आहे. एक दुसरी रांग देवळीपासून मांडलगढ, बिजोलिया, मेनल अशी पुढे जात

चितौडगढ पर्यंत गेली आहे. या लहान पर्वतरांगा पूर्वी पठार म्हटले जात होते. या भागातील जास्तीत जास्त उची २००० फूट आहे. या भागाला अपरमलही म्हणतात. इथे अनेक सनातन आणि जैन मठांची तीर्थस्थाने आहेत. जुन्या काळी हे क समृद्ध असे व्यापारी केंद्र होते.

दक्षिणेकडील पर्वतरांगा प्रदेशातील छापन तसेच मगरे जिल्ह्यातील जंगल आणि डोंगरात आहे. हा भाग गुजरातच्या सीमेला लागून आहे. या भागात डोंगरातील घाट माथ्यावर छोटी छोटी गावे आहेत. गुजरातकडून याच मार्गाने मेवाडवर आक्रमण झाले होते. येथून वनसंपत्ती आणि खनिजेही मोठ्या प्रमाणात मिळतात. येथे महुआ, चिंच, सागवान, पिंपळ, सिसम, खजूर, जांभूळ हे वृक्ष खूप मोठ्या प्रमाणात आहेत. हळदीघाटीच्या युद्धानंतर महाराणा प्रतापने याच भागात असलेल्या चावंडला आपली राजधानी केले होते. पूर्वी जावरमधून वर्षाला तीन लाख रूपयांची चांदी निघत असे, तेसच इथे काही तांब्याच्या खाणीही होत्या, असे सांगतात. आजही इथे बांधकाम आणि पिठाच्या गिरणीसाठी लागणारे दगड मोठ्या प्रमाणात मिळतात.

चितोड राजसमंद, भिलवाडा, उदयपूर, नाथद्वारा आणि मगरा जिल्ह्याच्या मध्ये असलेला भाग मध्यवर्ती भूभाग म्हणून ओळखला जातो. या भागातून अनेक महत्त्वाच्या नद्या वाहतात. मेवाडच्या इतिहासातील अनेक महत्त्वाची धार्मिक ठिकाणे याच भागात आहेत.

डोंगरी भागातून निघालेल्या नद्या मैदानी भागातील शेतीसाठी वरदान ठरल्या आहेत. मेवाडच्या उत्तरेला एक खाऱ्या पाण्याची नदी आहे. जी अजमेरजवळ बनास नदीला मिळते. हीच नदी अजमेर आणि मेवाड या प्रदेशांना वेगळे करणारी नदी आहे. बनास ही मेवाडमधील सर्वात मोठी नदी आहे. जी कुंभलगडपासून जवळच असलेल्या एका ठिकाणी उगम पावते. या नदीची लांबी २९० किमी आहे. कोठारी, मेनाल, बेडच या तिच्या उपनद्या असून ती रामेश्वर तीर्थ (मध्यप्रदेश० इथे चंबळ नदीला मिळते. हळदी घाटीचे प्रसिद्ध युद्ध याच नदीच्या काठावर खमनेर जवळ झाले होते. गंभेरी, बेडच, अहाड, जकुम, बाकल, या मेवाडमधील इतर काही मोठ्या आणि महत्त्वाच्या नद्या आहेत. जाकुम आणि बाकल या नद्यांना फक्त पावसाळयातच जास्त पाणी असते. या नद्यांचे पाणी जड आणि आरोग्यासाठी हानिकारक आहे. पूर आल्यावर या नद्यामुळे लोकांची वित्त हानी खूप मोठ्या प्रमाणात होते. अर्थात तरीही पावसाळयात

बाह्य आक्रमणापासून या नद्या मेवाडचे रक्षण करतात. राणा कुंभाच्या काळात मालवाच्या सुलतानाला फक्त याच नद्यामुळे अनेक वेळा पराभवाचे तोंड पहावे लागले.

मेवाडमधील वातावरण तेथील लोकांसाठी सुखकर असले तरी बाहेरून येणाऱ्या लोकांसाठी मात्र ते अजिबातच अनुकूल असत नाही. मैदानी भागाच्या तुलनेत डोंगरी भागातील हवामान आरोग्याच्या दृष्टिने अधिक हानिकारक आहे. ग्रीष्म ऋतूत इथे उन्हाळा इतका तीव्र असतो, की बाहेरून येणाऱ्या लोकांसाठी तो बहुतेक करून असाह्य असतो. हळदी घाटीतील आपल्या अनुभवाने वर्णन करताना बदायुनीने लिहिले आहे, 'दुपारच्या वेळी इथे इतकी उष्णता होती की जणू काही डोक्यातील रक्त उकळायला लागले होते.' परिणामी येथील वातावरण आक्रमण करणाऱ्या शत्रू सैनिकांना पराभूत आणि नामोहरम करण्यात महत्त्वाची भूमिका बजावते.

मेवाडमध्ये या नैसर्गिक सुरक्षा साधनांच्या बरोबरीने तळ्यांचीही विपुलता आहे. त्यामुळे या प्रदेशाला तळ्यांचा प्रदेश असेही म्हणतात. महाराणा जयसिंगाने उदयपूरपासून सुमारे ५१ किमी अंतरावर जयसमुद्र नावाच्या विशाल तळ्याचे निर्माण केले होते. हे मेवाडमधील सर्वात मोठे तळे आहे. राजसमुद्र, उदयसागर, पिछोला, फतेहसागर आणि स्वरूपसागर इ. तळेही याच भागात आहेत.

खरं तर मेवाडचा इतिहास हा राजपूत राज्यांचा इतिहास राहिला आहे, तरीही येथील भिल जातीचा इतिहासही खूप महत्त्वाचा राहिला आहे. भिल ही मेवाडमधील घनदाट अरण्यात राहणारी एक शूर वीर जमात आहे. शेती आणि पशुपालन हाच यांचा मुख्य व्यवसाय असला तरीही रणांगणात त्यांनी आपली मर्दुमकी दाखवली आहे. मोगलांच्या विरोधातील महाराणा प्रतापच्या युद्धात या जमातीने विपरित परिस्थितही महाराणा प्रतापला केलेली मदत इतिहासात शौर्य, स्वामीभक्ती, निस्वार्थीपणा या गुणांचे अद्वितीय उदाहरण आहे.

मेवाडसाठी वेळोवेळी विविध नावांचा वापर करण्यात आला आहे. विक्रमी सावंत १०० मधील आहाडच्या शिलालेखात तसेच इतर प्राचीन साहित्यात याचे नाव'मेदपाट' असल्याचा उल्लेख आहे. मेदपाट या शब्दाचेच प्रचलित रूप मेवाड असे झाले आहे. डॉ. गौरीशंकर हिराचंद ओझा यांच्या मतानुसार या भागावर मेद (मेव किंवा मेर) या जमातीचा अधिकार राहिला आहे. त्यामुळे या भागाचे नाव मेवाड पडले आहे. करनवेल येथील लेखावरून हेही कळते, की प्राचीन काळी

मेवाडचे नाव प्रांबाट असेही होते. ३०० वर्षांपूर्वीच्या विक्रमाच्या नाण्यावरून हे सिद्ध होते, की याचे तात्कालिक नाव 'शिवी जनपद' होते. त्यामुळे याचे नाव मेदपाट कसे पडले याबबात विद्वानांमध्येही एकमत होऊ शकत नाही. डॉ. ओझा मेव जातीसी याचा संबंध जोडताना लिहितात, की मेवाडच्या एका भागाला मेवल आणि दुसऱ्या भागाला मेरवाड म्हटले जात होते. परंतु काही जाती वैशिष्ट्यामुळे संपूर्ण मेवाडलाच मेव किवा मेव जातीचा देश असे म्हटले जाऊ लागले. आमच्या विचारानुसार कोणत्याही एकाच जातीमुळे एका भागाला त्याच जातीचे नाव दिले जाऊ शकत नाही. हे काही तर्कसंगत वाटत नाही. या विषयी जॉ. गोपीनाथ शर्मा लिहितात,

"या देशावर पूर्वी मेद किंवा मेर जातींचा अधिकार राहिला असल्यामुळे या भागाला मेदपाट असे नाव पडले असल्याचे डॉ. ओझा लिहितात. आपल्या या तर्काला पुष्टी देण्यासाठी ते असेही लिहितात, 'त्यामुळे मेवाडच्या एका भागाला मेवल आणि दुसऱ्या भागाला मेरवाडा म्हणतात.' आमच्या विचारानुसार फक्त एखाद्या जातीच्या वैशिष्ट्यामुळे संपूर्ण मेवाड हा मेद किंवा मेव जातीचा देश म्हणून ओळखला जाऊ शकत नाही. याशिवाय महत्त्वाची गोष्ट म्हणजे प्राचीन काळी सर्वच जमाती प्रभावी राहिल्या आहेत. वास्तविक पाहता हे नाव मेवाडच्या पारंपरिक शौर्याशी संबंधित आहे. मेदचा संबध म्लेच्छांशी आहे. पाटचा संबंध शत्रूच्या विनाशासी आहे. मेवाड अनेक शतकांपासून शत्रूशी संघर्ष करीत राहिला आहे, म्हणजे त्यांचा विनाश करीत आला आहे, हे आपल्याला माहीतच आहे."

वास्तविक मेदिनीप्रमाणेच मेदपाट या शब्दाची व्युत्पतीही लक्षात घेतली जाऊ शकते. पौराणिक कथांनुसार देवांनी मारलेल्या असुरांच्या मेदा (चरबी) पासून मेदिनीची (पृथ्वीची) निर्मिती झाली. अशाच प्रकारे मेदघाटचा अर्थ असा होतोकी, अशी भूमी जिची शत्रूचा विनाश करून त्यांचा पाट वाहिला आहे.

मेवाडचा राजवंश

इसवीसनापूर्वी अनेक शतकेआधी मेवाडमध्ये जनजीवन असल्याचे पुरावे मिळतात. आहाड येथील खोदकामावरून त्या काळातही तिथे नदी काठांवर मानवी वस्त्या होत्या. आहाडचा काळ इसवीसन पूर्व दुसरे ते पहिले शतक समजला जातो. यावरून मेवाडचा इतिहास खूप प्राचीन असल्याचे स्पष्ट होते. महाराणा प्रतापच्या पूर्वजांनी सहाव्या शतकात पहिल्यांदा राज्याची स्थापना केली. या राज्याची मुहुर्तमेढ रोवणारा या वंशाचा पहिला राजा गुहादित्य होता. त्यामुळे या राज्याची सुरूवात राम गुहिल किंवा गुहिलोत

वंशाने केली. याच्याच एका शाखेला नंतर सिसौदिया वंश म्हटले जाऊ लागले.

गुहादित्यांचे मूळ स्थान बलमी राज्य होते. आपल्या वडिलांच्या निधनानंतर त्याला बलमी सोडावी लागली. तिथून तो इडर मार्गे नागदाला पोहचला. नागदाहून त्याने मेवाडवर आक्रमण केले. मग तिथे त्यांनी नवीन राजवंशाची स्थापना केली. याच वंशपरंपरेने सूर्यवंशीय राजा रामाचा पुत्र कुश याची वंश समजला जातो. गुहादित्यानंतर पुढा चालून या वंशात महान प्रतापी राजा कालभाज झाला. ज्याचे दुसरे नाव वप्पा किंवा वापा रावल आहे. त्याने चितौडचा तत्कालिन राजा मानसिंग याला युद्धात पराभूत करून चितौड काबीज केले. अशा प्रकारे चितौड हा मेवाड राज्याचा भाग झाला. वप्पा रावलचा शासन काल इ. स. ७३४ ते ७५३ समजला जातो. परदेशी आक्रमणकारी अरबांपासून आपल्या मातृभूमीचे रक्षण करणारा अद्वितीय वीर समजले जाते. वप्पा रावल नंतर त्याचा वंशज खुमान दुसरा झाला. जो अतिशय प्रसिद्ध राजा होता. त्याचा शासन काळ इ. स ८१२ ते ८३६ असा साधारणपणे चोवीसं वर्षांचा होता. (काही इतिहास तज्ज्ञांच्या मते अरब अक्रमकांपासून देशाचे रक्षण वाप्पा रावलने नाही तर पहिल्या खुमान याने केले. त्याने गुजरात आणि काठेवाडच्या राजांशी मिळून अरब आक्रमकांना मुल्तान आणि सिंध मध्ये पराभूत करून पुढे येण्यापासून रोखले असल्याची शक्यता वर्तवितात.)

दुसऱ्या खुमानच्या अनेक पिढ्या गेल्यानंतर इ.स. ११९१ मध्ये त्याचा वंशज सुमेरसिंग याने मेवाडवर राज्य केले. या काळात शहाबुद्दिन गोरीने भारतावर आक्रमण केले होते. सुमेरसिंगाचा आठवा वंशज रत्नासिंग होता. त्याच्या पत्नीचे नाव पद्मिनी होते. अल्लाउद्दिन खिलजीने चितौडवर केलेल्या आक्रमणाच्या वेळी राणी पद्मिनीने केलेल्या जौहर व्रताची कथा खूपच लोकप्रिय आहे. याच महाराणीच्या जीवनापासून प्रेरणा घेत सुफी संत मलिक मुहम्मद जायसीने पद्मावत या महाकाव्याची रचना केली. हे महाकाव्य म्हणजे हिंदी साहित्यातील अजरामर कृती आहे. दुसऱ्या ऐतिहासिक पुस्तकात मात्र या जौहर व्रताचा साधा उल्लेखही आढळत नाही. त्यामुळे अनेक इतिहासतज्ज्ञ इतर अनेक लोककथांप्रमाणे पद्मिनीची कथा एक अख्यायिका असल्याचे समजतात.

दुसऱ्या खुमानच्या अनेक पिढ्यानंतर या वंशात हमीर नावाचा एक राजा झाला. जो या दरम्यान झालेल्या अनेक राजांपैकी अतिशय उल्लेखनीय कार्य

करणारा राजा होता. त्याचा शासन काल १ ३ २ ६ ते १ ३ ६ ४ असा होता. याची सत्ता येण्यापूर्वी अल्लाउद्दिन खिलजीने मेवाडवर आक्रमण करून राजधानी चितौड आपल्या ताब्यात घेतली होती. इतकेच नाही तर आपल्या मुलाला येथील सुभेदार केले होते. महाराज हमीर वाप्पा रावल प्रमाणेच शूर वीर राजा होता. चितौडवरील परकीयांची सत्ता अपमानरकारक असल्याचे आणि आपल्या गौरवशाली पंरपरेच्या विरूद्ध असल्याचे तो समजत होता. ही परकीय सत्ता उलथून टाकण्याचे तो स्वप्न पाहत होता.

सत्तेवर आल्यावर पहिल्यांदा त्याने आपले सैन्य बळ वाढवायला सुरूवात केली. अतिशय कमी वेळात त्याने आपले सैनिकी सामर्थ्य वाढविले. अल्लाउद्दिन खिलजीशी युद्ध करायला आपण सक्षम आहोत, याची जाणीव झाल्यावर त्याने चितौडवर आक्रमण केले. या युद्धात त्याचा विजय झाला आणि त्याने चितौड परत मिळविले. त्याचे हे कार्य नक्कीच कौतुकास्पद आणि शौर्यपूर्ण होते. सर्वप्रथम त्यानेच महाराणा ही पदवी मिळविली. कालांतराने त्यांच्या वशंजासाठी ही कायमस्वरूपी पदवी झाली. यानंतरच मेवाड राज्याच्या विस्ताराला सुरूवात झाली. खिलजीच्या राजकुमाराला पराभूत केल्यानंतर हमीरने तुगलक सत्तेशी युद्ध केले. या युद्धात त्याचा विजय झाला. या विजयाचा परिणाम म्हणून झिलवाडा, चेताख्यपूर, पालनपूर आणि इडर हा भाग मेवाड राज्यात समाविष्ट झाला. हमीरने आपल्या जीवनकाळातच राज्याची सूत्रे आपला जेष्ठ पुत्र क्षेत्रसिंग याच्याकडे सोपविली होती. क्षेत्रसिंग क योग्य पुत्र होता. त्याने आपल्या वडिलांचे कार्य पुढे सुरू ठेवले आणि अजमेर, जाहाजपूर, मांलगढ आणि छप्पन काबीज करीत आपल्या राज्याचा विस्तार केला. त्याने आपल्या पराक्रमाच्या बळावर मालवा येथील सुल्तान अमीशहा यालाही युद्धात पराभूत केले. त्याच्यानंतर त्याचा पुत्र लाखा १ ३ ८ २ मध्ये मेवाडचा राजा झाला. त्यालाही अनेक वेळा मुस्लिम आक्रमकांचा सामना करावा लागला. आपल्या शासनकाळात लाखाने लोकहिताची अनेक कार्ये केली. अनेक शिलालेखावर त्याचे पुरावे आढळतात. त्यानंतर त्याचा पुत्र मोकल मेवाडचा राजा झाला. त्याने १ ४ २ ८ साली नागौरचा राजा फिरोझ खानवर विजय मिळवून लोकप्रियता मिळविली.

१ ४ ३ ३ साली मेवाडची सत्ता महाराणा कुंभाच्या हाती आली. त्याच्या कार्याचा

सन्मान करण्यासाठी इतिहासकार त्याच्या सत्तेला मेवाडचा सूवर्णकाळ असे म्हणतात. त्याने मालवा आणि गुजारातेतील अनेक राज्यांना युद्धात पराभूत केले. बंड मोडून काढले आणि १४३३ ते १४३७ या काळात आबू, वंसतगढ या भागावर आपली सत्ता स्थापन केली. बूंदी येथील हाडा राजाला पराभूत करून त्याने मांडलगढ आणि नाराणावर आपली सत्ता आणली. अजमेरही त्याच्याच शासन काळात मेवाड राज्याचा भाग झाले. राज्याच्या सुरक्षिततेसाठी त्यांनी अनेक किल्ले उभारले. शूर-वीर आणि युद्धात विजयी होणारा राजा असण्याबरोबरच शिक्षण, कलाप्रेमी आणि विद्वांनांचा योग्य सन्मान करणारा राजा होता. नंतर त्याने दिल्लीच्या सुल्तानाच्या राज्यातील काही भागही आपल्या राज्याला जोडला. त्याच्या शौर्यामुळे प्रसन्न होऊन या सर्व राजांनी त्याला एकछत्री आणि हिंदु 'खुरत्राण'अशी पदवी बहाल केली. या थोर राजाच्या प्रतापामुळेच मेवाड हे राजपुतांचे प्रमुख राज्य बनले.

कधी कधी सुंदर मळा असलेल्या जमिनीवरही काटेरी झुडपे उगवतात आणि ते तो मळा नष्ट करतात. राणा कुंभाच्या बाबतीतही असेच झाले. या महाप्रतापी आणि गुणी राजाची त्याचा पुत्र उदा याने हत्त्या केली. उदा एक नालायक आणि बेमुर्वत राजा झाला. परिणामी राज्यातील सर्व सामंत त्याच्या विरोधात गेले. त्यांनी उदाचा लहान भाऊ रायमल याला मेवाडचा राजा करण्याचे नक्की केले. त्यावेळी तो आपली सासुरवाडी ईडरमध्ये होता. सर्व सामंतानी रायमलची मदत केली. लोभी उदाला हे म्हणणे मान्य नव्हते. त्यामुळे रायमलच्या नेतृत्वाखाली सर्व सामंताच्या सैन्याने उदाच्या सैन्याशी युद्ध केले. दाडिमपूर, जावी, पानगढ आणि चितौड अशा सर्व ठिकाणी त्याला पराभव चाखावा लागला. शेवटी १४३७ मध्ये संपूर्ण मेवाडवर रायमलची सत्ता आली. रायमल एक आदर्श राजा होता. आपल्या आधीच्या शासकांप्रमाणे तो मांडू सारख्या राजांशी संघर्ष करीत राहिला. दुर्दैवाने रायमलला आपले भाऊ, मुले आणि पुतणे यांच्या विरोधाचाही सामना करावा लागला. घरातील या फाटाफुटीमुळे मेवाडची अवस्था दयनीय होणे स्वाभाविकच होते. मेवाडची अर्थव्यवस्था खिळखिळी झाली. सुदैवाने त्याची बाहेरील प्रतिष्ठा कायम राहिली. यावेळी दिल्लीवर सिकंदर लोधीची सत्ता होती. जो आपल्या जवळच्या विरोधकांच बिमोड करण्यातच व्यस्त होता. तो अतिशय दूरदर्शी राजा असल्यामुळे त्यांने मेवाडशी

संघर्ष करणे योग्य समजले नाही. मालवा आणि गुजरातचे राजेही दिल्ली काबीज करण्याचे स्वप्न पाहत होते. त्यांच्या पूर्वीच्या राजांनी मेवाडवर स्वारी करून खूप मोठे नुकसान करून घेतले होते. त्यामुळे आता मेवाडशी संघर्ष करणे त्यांनाही परवडण्यासारखे नव्हते.

अशा विपरित परिस्थितीत ४ मे १५०८ साली मेवाडच्या सिंहासनावर राणासंग्राम सिंग याचा राज्याभिषेक झाला. जे भारतीय इतिहासात राणा सांगा या नावाने प्रसिद्ध झाले. सिंहासनावर बसण्याच्या वेळी राणा सांगाचे वय अवघे सत्तावीस वर्षांचे होते. सत्ता हाती आल्यानंतर त्याने राणा कुंभा नंतर मेवाडचा जो भाग इतर राज्यांच्या अधिपत्याखाली गेला होता, तो परत मिळविण्याचा निश्चय केला. त्याने मालवाचा सुल्तना महमूदला पराभूत करून बंदी केले. रणथंबोर, कालपी, गागरौन, मिलसा आणि चंदेरीवर ताबा मिळविला. या विजयाने त्याचा उत्साह वाढला आणि त्याने दिल्लीचाही काही भाग आपल्या ताब्यात घेतला. गुजरात राज्याची त्याने लूट केली. संपूर्ण राजपूतान्यामधील इतर राज्यांनीही त्याचे मांडलिकत्व स्वीकारले.

राणा सांगा हा भारतीय इतिहासातील एक अद्वितीय वीर आणि परम देसभक्त राजा होता. त्याने बाबरला भारतावर आक्रमण करण्यासाठी दिलेले निमंत्रण हा त्याच्या यशावरील खूप मोठा कलंक होता. त्याने दिल्लीचा सुल्तान इब्राहिम लोदी याला पराभूत करण्यासाठी बाबरला आमंत्रण दिले होते. इब्राहिम लोदीला पराभूत केल्यावर बाबर परत जाईल, असा कदाचित त्याचा विचार असावा. पण असे काही झाले नाही. शेवटी राणा सांगालाच बाबराशी अनेक युद्धे करावी लागली. मार्च १९२७ मध्ये खानवा येथील युद्धात बाबराशी झालेल्या युद्धात पराभूत झाल्यानंतर त्याची सर्व प्रतिष्ठा धुळीला मिळाली.

मेवाडमधील अराजकतेचा काळ

३०जानेवारी १५२८ ला राणा सांगाचे निधन झाल्यावर मेवाडमध्ये अराजकतेला सुरूवात झाली. अनेक गुणांनी संपन्न असलेल्या राणा सांगाकडे दूरदर्शीपणाचा अभाव होता. त्याने आपली राणी कर्मवतीची मुले विक्रमाजीत आणि उदयसिंग रणथंबोर यांना जहागिरी दिली. मेवाडच्या इतिहासात असे पहिल्यांदाच झाले होते.

याच्या मागे मुख्य भूमिका राणी कर्मवती हीचीच होती. राणाच्या या निर्णयाने मेवाडमधील वातावरण अशांत झाले. मेवाडच्या गादीवर सांगा नंतर त्याचा पुत्र रतनसिंग याचा अधिकार होता. सत्ता हातात आल्यावर त्याने रणथंबोरची जहागिरी परत घेण्याचा प्रयत्न केला. त्यामुळे राजाच्या कुटुंबात फूट पडून गट-तट निर्माण झाले. रतनसिंग एक नालायक, भित्रा आणि बेपर्वा राजा होता. यावेळी कर्मवती आपला भाऊ सूरजमल याच्या संरक्षणाखाली रहात होती. तिला आपल्या मुलांना मेवाडचा राजा करायचे होते. रतनसिंगाने मेवाडची जहागिरी परत मागितल्यावर ती टाळाटाळ करू लागली. तिने कट कारस्थाने करायला सुरूवात केली. आपल्या मुलाला मेवाडची सत्ता मिळविण्यासाठी मदत करावी, अशे पत्र तिने बाबराला पाठविले. त्याच्या बदल्यात त्याला रणथंबोरचा किल्ला आणि इतर अनेक मौल्यवान वस्तू भेट देण्याचे अश्वासन देण्यात आले. यासाठी बाबर राजी झाला होता, पण एकूणच घटनाक्रम अशा रितीने घडला की इच्छा असूनही इतर कामाच्या व्यस्ततेमुळे तो कर्मवतीला मदत करू शकला नाही. यावर कर्मवतीने दुसरी चाल खेळली. तिचा भाऊ सूरजमल याने १५३१ मध्ये रतनसिंगाला शिकारीसाठी बुंदीला बोलावले आणि त्याची हत्त्या केली.

रतनसिंगाच्या हत्येनंतर मेवाडमध्ये प्रक्षोभ उसळला. लोक स्वतःला अशुरक्षित समजू लागले. अशा वेळी विक्रम सिंग मेवाडच्या गादीवर आला. तो अतिशय उर्मट, दुराचारी, क्रोधी आणि नालायक राजा होता. त्याला राजकारण आणि युद्ध कौशल्ये याचे जराही ज्ञान नव्हते. तो सदैव सुरा आणि सुंदरीच्या सहवासात रममान असे. तो राज्य म्हणजे फक्त ऐश्वर्य उपभोगण्याची वस्तू असल्याचे समजत होता. विक्रमजीतच्या वागण्यामुळे असंतुष्ट झालेले काही राजपूत सामंत गुजरातचा राजा बहादूर शहाकडे गेले. त्याच्यासोबत मिळून त्यांनी मेवाडवर आक्रमण केले. या आक्रमणाचा सामना करण्याइतके सामर्थ्य विक्रमजिताकडे नव्हते. राणी कर्मवतीने अशा वेळी आपल्या मुलांना सुरक्षित ठिकाणी पाठविले आणि हुमायुनकेड मदत मागितली. एखाद्या राजपुताच्या बाजूने आपल्याच धर्माच्या राज्याशी युद्ध करणे हुमायुनला आवडत नव्हते. त्यामुळे कर्मवतीचा प्रस्ताव स्वीकारूनही त्याने तिला काहीच मदत केली नाही. कर्मवतीला १३००० स्त्रिया आणि ३००० मुलांसह

आगीत उडी घेऊन आपल्या प्राणांची आहुती द्यावी लागली. मार्च १५३५ मध्ये मेवाडच्या राजधानीवर बाहाद्दूरशहाची सत्ता आली.

चितौड ताब्यात आल्यावर बहाद्दूरशहाने तेथील सत्ता आपला प्रतिनिधी बुरहान मुल्क बंबानी याच्याकडे सोपविली. त्याचे बहुतेक सैन्य चितौडवरून माघारी गेल्यावर राजपूतांनी पुन्हा चितौडवर आक्रमण केले. विक्रमसिंगाला पुन्हा मेवाडच्या गादीवर बसविण्यात आले. इतिहासाच्या बहुतेक पुस्तकात असा उल्लेख आहे, की विक्रमसिंगाला पुन्हा गादीवर बसविण्यासाठी हुमायुनने मदत केली होती, पण डॉ. बॅनर्जी यांनी स्पष्ट केले आहे, की बाहद्दूरशहाने चितौडला वेढा घातला होता, त्यावेळी हुमायून ग्वालियरमध्ये विश्रांती घेत होता. तो जून १५३६ मध्ये आपला भाऊ असकरीचा पीछा करीत चितौडला आला होता; पण त्याच्या आधीच विक्रमसिंगाचा दुसऱ्यांदा राज्याभिषेक झाला होता. दुसऱ्यांदा गादीवर आल्यानंतरही विक्रमसिंग मेवाडमधील अंसतोष आणि अराजकता दूर करू शकला नाही. त्यामुळे त्याला गादीवरून पायउतार व्हावे लागले.

वनवीरची सत्ता

१५३६ मध्ये विक्रमसिंगाला पदच्यूत करण्यात आले त्यावेळी उदयसिंग एक मुलगाच होता. त्यामुळे मेवाडच्या सामंताशी विचारविनिमय केल्यानंतर वानवीरला सिंहासनावर बसविण्यात आले. तो राणा सांगाचा भाऊ पृथ्वीराज याचा कोणातरी खालच्या जातीच्या दासीपासून जन्माला आलेला पुत्र होता. गादीवर बसल्यावर वनवीरच्या मनात मत्सराची भावना जागी झाली. आपल्या सिंहासनाच्या वास्तविक वारसदारांना संपवित नाही तोपर्यंत या गादीवर आपण सुखाने राज्य करू शकणार नाही, असा त्याने विचार केला. म्हणून उदयसिंगाची हत्त्या करण्याचाही त्याचा विचार होता. त्यावेळी उदयसिंग आपली दाई माता पन्ना हिच्या संरक्षणाखाली होता. वानवीर हातात तलवार घेऊन उदयसिंगाची हत्त्या करण्यासाठी गेला. वानवीराची इच्छा पन्नाला माहीत होती, त्यामुळे देश आणि जातीबद्दल असलेले आपले कर्तव्य पार पाडण्यासाठी तिने उदयसिंगाला आधीच सुरक्षित ठिकाणी पाठविले आणि त्याच्या जागी आपल्या स्वतःच्या मुलाला झोपविले. जो उदयसिंगाच्या वयाचा होता. वानवीरने उदयसिंग समजून पन्ना दासीच्या मुलाला ठार केले. त्यानंतर

लगेच विक्रमजीत आणि उदयसिंग यांच्या हत्येची बातमी वाऱ्यासारखी संपूर्ण राज्यात पसरली. तोपर्यंत वानवीर मेवाडचा काळजीवाहू राजा होता. त्याने स्वतःला मेवाडचा राजा जाहीर केले. तो अत्याचारी राजा निघाला. त्याच्या अत्याचाराने जनता त्याच्या विरोधात गेली.

१५३६ मध्ये उदयसिंगाला सुरक्षित वाचवून पन्ना कंभलगढला पोहचली. उदयसिंग जिवंत असल्याची बातमी तिने एक वर्षभर कुणालाही समजू दिली नाही. हळूहळू ही गोष्ट उघड झाली. या बातमीने मेवाडची जनता आनंदित झाली. एकदा मेवाडचे सर्व सामंत उदयसिंगला पाहण्यासाठी कुंभलगडला पोहचले. काही सामंततर कायम स्वरूपी तिथेच राहू लागले. त्या सर्वांनी उदयसिंगावर आपली निष्ठा व्यक्त केली आणि मेवडचा तोच भावी राजा असल्याचे त्यांनी स्वीकारले. तिथेच राहून उदयसिंग आपील शक्ती वाढवू लागला कारण वानवीरापासून सत्ता परत हस्तगत करणे काहीसोपे काम नव्हते. आपल्या शक्तीवर विश्वास बसल्यानंतर तो सोबत सैन्य घेऊन चितौड जिंकण्यासाठी निघाला. उदयसिंगाच्या आक्रमणाचे वृत्त कळल्यावर वनवीरने कुंवरसिंग तवर याच्या नेतृत्वाखाली सैन्य पाठविले. माहोली गावात दोन्ही सैन्य समोरा समोर आली. भयंकर युद्ध झाल्यानंतर उदयसिंगाची सेना विजयी झाली. कुवंरसिंग तवर आपल्या अनेक सैनिकांसह या युद्धात मारला गेला.

या विजयाने उत्साहित झालेला उदयसिंग आपल्या सैन्यासह मजल दर मजल करीत चितडकडे निघाला. त्यावर वनवीरही स्वतः सैन्य घेऊन त्याचा सामना करण्यासाठी पुढे आला. पुन्हा दोन्ही सैन्याचे युद्ध झाले. उदयसिंगचा विजय झाला. वनवीर रणांगणातून पळाला. त्यानंतर तो दक्षिण भारतात गेल्याचे सांगतात. पुढे त्याचे काय झाले, याबाबत नक्की काही माहिती मिळत नाही. अशा प्रकारे नशिबाने उदयसिंगाची मदत केली आणि १५३० मध्ये तो आपल्या पूर्वजांचे राज्य असलेल्या मेवाडचा राजा झाला. त्यावेळी मेवाडची स्थिती समाधानकारक नसल्यामुळे त्याला अनेक अडचणींचा सामना करावा लागला. अनधिकृतरित्या चितौडची सत्ता बळकावणाऱ्या वनविराच्या हातून चितौडची सुटका करून कठीण संघर्षानंतर उदयसिंगाने आपला राज्याभिषेक केला त्यावेळी प्रतापचे वय अवघे १२ वर्षांचे होते. त्यावेळी मेवाड संपन्न राज्य राहिले नव्हते की सुरक्षित राज्य नव्हते. सर्वत्र भीतीचे वातावरण होते. व्यवस्था विस्कळित झाली होती. उदयसिंग

गादीवर बसल्यानंतर चारच वर्षांनी शेरशाहने चितौडकडे कूच केले. त्याच्याशी थेट सामना करण्यासारखी परिस्थिती नव्हती. शेरशहा जाहाजपूरपर्यंत पोहचल्यावर उदयसिंगने चितौडच्या किल्ल्याची चाबी त्याच्यापर्यंत पोहचवली. ही हुशारी कामी आली. चितौडवर आक्रमण झाले नाही आणि त्यावर उदयसिंगाची सत्ता होती तशी कायम राहिली. चितौडमध्ये नेमलेल्या शेरशहाच्या प्रतिनिधीनेही जास्त हस्तक्षेप केला नाही. शेहशहाच्या मृत्यूनंतर त्याला तिथून पळवून लावण्यात आले. तोपर्यंत मोकळ्या मैदानात असलेल्या एका किल्ल्याच्या रक्षणासाठी सारे मेवाड डावावर लावावे लागत असेत. आता हे धोरण बदलले. चितौडपेक्षा जास्त सुरक्षित असलेल्या आणि डोंगरांची तटबंदी असलेल्या उदयपूरला आता नवी राजधानी करण्यात आले. राखीव ठिकाणी राहणाऱ्यांना आणून उदयपूरच्या आसपास वस्ती करण्यात आली. नव निर्मितीचे काम हाती घेण्यात आले. अशा प्रकारे मेवाडची प्रतिष्ठा पुन्हा प्रस्थापित करण्यात आली. उदयसिंगाच्या प्रयत्नाने मेवाडचा गौरव वाढला. त्याचबरोबर राज्यात सुरक्षितता आणि शांतता निर्माण झाली.

मेवाडची राजवंशावळ

मेवाडमधील या राजवंशाचा संबंध सूर्यवंशाशी जोडत भागवतासारख्या धार्मिक साहित्यातही यांची वंशावळ आढळून येते. अनेक ऐतिहासिक पुस्तकातही ही वंशावळ आहे. याच्या नावात आणि क्रमात काही ठिकाणी विरोधाभास आढळून येतो. काही पुस्तकात काही नावे मागे-पुढे आहेत, तर काही ठिकाणी नवीन नावांचा समावेश केला आहे. वीरविनोदच्या लेखकांने पुरेशा पुराव्याच्या आधारे गुहील (गुहादित्य) पासून फतेहसिंगापर्यंत खालीलप्रमाणे वंशावळ दिली आहे.

१. गुहील	८. वापा	१५. शक्तिकुमार
२. भोज	९. खुमाण	१६. शुचिवर्मा
३. महेंद्र	१०. भर्तृभट्ट	१७. नरवर्मा
४. नाग	११. सिंग	१८. कीर्तिवर्मा
५. शील	१२. अल्लट	१९. वैरट
६. अपराजित	१३. नरवाहन	२०. वैरिसिंग
७. महेंद्र	१४. शालिवाहन	२१. विजयसिंग

२२. अरिसिंग
२३. चौडसिंग
२४. विक्रमसिंग
२५. क्षेमसिंग
२६. सामंतसिंग
२७. कुमारसिंग
२८. मथनसिंग
२९. पद्मसिंग
३०. जैतसिंग
३१. तेजसिंग
३२. समरसिंग
३३. रत्नसिंग
३४. कर्णसिंग
३५. राहप्प
३६. नरपति
३७. दिनकरण
३८. जशकरण
३९. नागपाल
४०. पूर्णपाल
४१. पृथ्वीपाल
४२. भुवनसिंग
४३. भीमसिंग
४४. जयसिंग
४५. लक्ष्मणसिंग
४६. अजयसिंग
४७. अरिसिंग
४८. हमीरसिंग
४९. क्षेत्रसिंग
५०. लक्षसिंग
५१. मोकल
५२. कुंभकर्ण
५३. उदयकर्ण
५४. रायमल
५५. संग्रामसिंग
५६. रत्नसिंग
५७. विक्रमादित्य
५८. उदयसिंग
५९. महाराणा प्रताप
६०. अमरसिंग
६१. कर्णसिंग
६२. जगतसिंग
६३. राजसिंग
६४. जयसिंग
६५. अमरसिंग
६६. संग्रामसिंग
६७. जगतसिंग
६८. प्रतापसिंग
६९. राजसिंग
७०. अरिसिंग
७१. हमीरसिंग
७२. भीमसिंग
७३. जवानसिंग
७४. सरदारसिंग
७५. स्वरूपसिंग
७६. शंभुसिंग
७७. सज्जनसिंग
७८. फतेहसिंग

महाराणा प्रताप मेवाडच्या राजगादीवर फक्त पंचवीस वर्षेच राहिली, ही गोष्ट इथे उल्लेखनीय आहे. तरीही त्यांनी इतकी कीर्ती मिळविली की ती देश- काळ यांच्या सीमा ओलंडून अमर झाली. ते आणि त्यांचा देश म्हणजै शौर्य, बलिदान आणि देशाभिमान याचा पर्याय झाले. तसे तर राजपूत राज्यांमध्ये मेवाड आधीपासूनच आघाडीवर होते. मेवाडच्या राज्यांनी आपले सामंत आणि जनता याच्या मदतीने अशा काही परंपरा निर्माण केल्या होत्या की राज्याचे लहान क्षेत्रफळ किवा कमी लोकसंख्या या गोष्टी त्यांची कीर्ती पसरविण्यात अडसर ठरल्या नाहीत. मेवाडचा झेंडा झुकत असल्याचे दाखविणारे काही कठीण प्रसंगही आले, पण मेवाडी लोकांच्या पराक्रमाने आणि तेजाने तो पुन्हा आकाशात फडकू लागला.

हे मेवाडचे सुदैवच होते, की एकानंतर एक देशाभिमानी आणि लायक राजे तेथील गादीवर बसले. तसे मध्येच काही कमकुवत राजेही आले. या राज्याच्या स्थापनेपासून दीड हजार वर्षे म्हणजे वाप्पा रावलच्या काळापासून ही पंरपरा चालत आली होती आणि महाराणा प्रतापच्या अवघे एक वर्ष आधी राणा सांगाने मेवाडची कीर्ती शिखरावर पोहचवली होती. त्याची लोकप्रियता राजस्थान पार करून दिल्लीपर्यंत पोहचली होती. त्याच्याही दोन पिढ्या आधी राणा कुंभाने आपल्या विजयातून आणि नवनिर्मितीतून मेवाडला एक गौरव मिळवून दिला होता. त्याच्या सत्ताकाळात साहित्य आणि कलेचाही खूप विकास झाला. स्वतः राणा यांनाही लिहिण्याची आवड होती. त्यांच्या रचना आजही आदराने वाचल्या जातात. त्यांच्या राज्यातील वातावरण उच्च कोटीची कला आणि साहित्यासाठी अनुकूल होते. या सर्व गोष्टी एका पंरपरेची देणगी होत्या, ज्याचे अनेक पिढ्यांनी जतन केले आहे.

प्रकरण दुसरे
मेवाड आणि तेथील राजघराणे

उदयसिंग मेवाडचा राजा झाला जवळपास त्याच काळात दिल्लीत शेरशहा सुरीने राजसत्तेची सर्व सूत्रे आपल्या हातात घेतली होती. त्याने मोघल सम्राट हुमायुनला भारतातून पळवून लावले होते. उदयसिंगाचा राज्याभिषेक होऊन चार वर्षे झाल्यावर इ. स. १५४४ मध्ये राजपुतांवर स्वारी करण्यासाठी शेरशहा सुरीने प्रस्थना ठेवले. याच वर्षी त्याने मालदेवला पराभूत करून जोधपूरवर ताबा मिळविला. त्यानंतर चितौड काबीज करण्यासाठी त्याने आगेकूच सुरू केली. त्याने आपली छावणी जहाजपूरमध्ये टाकली. मेवाडची दयनिय अवस्था पाहता उदयसिंगाने थोड्याशा अक्कल हुशारीने काम करायचे ठरविले. त्याने शेरशहाकडे चितौड किल्ल्याच्या चाव्या पाठविल्या. उदयसिंगाचे हे आत्मसमर्पण शेरशहाने स्वीकारले. त्याने मेवाडमध्ये आला एक औपचारिक प्रतिनिधी शम्सशांची नियुक्ती केली. खरी सत्ता मात्र उदयसिंगाच्या हातातच राहिली. मेवाडमधील कर वसुलीची सवलत आणि तेथे होणाऱ्या बंडाची शक्यता लक्षात घेऊन शेहशहाने ही व्यवस्था केली असावी. मेवाडमध्ये कोणत्याही प्रकारचा असंतोष निर्माण व्हावा, असे त्याला वाटत होते.

मेवाडवर शेरशहाची सत्ता जास्त काळ टिकली नाही. एका वर्षाच्या आतच शेरशहाचे

निधन झाल्यावर सर्व राजपुतांनी अफगाणी लोकांना पळवून लावून स्वातंत्र्याची घोषणा केली. अशा प्रकारे इ. स. १६४५ मध्ये चितोड पुन्हा स्वतंत्र झाले.

प्रतापचा जन्म

महाराणा उदयसिंगाचा सर्वात मोठा मुलगा प्रताप होता. त्याचा जन्म रामी जयवंताबाईच्या पोटी झाला होता. त्यांच्या जन्मतारखेबाबत इतिहासकारांमध्ये मतभेद आहेत. वीरविनोद यांच्या मतानुसार महाराणा प्रताप यांचा जन्म जेष्ठ शुक्ला १३ शके १५९६मध्ये म्हणजेच ३१ मे १५३९ ला झाला. नैनसी यांच्या मतानुसार त्यांची जन्म तीथी ४ मे १५४० आहे. टॉड कृत राजपुतांच्या इतिहासात ही तिथी ९ मे १५४९ आहे.

असे म्हणतात की आपले वडील राणा सांगा यांच्या मृत्यूच्या वेळी उदयसिंग आपल्या आईच्या गर्भातच होते. त्यामुळे त्यांचा जन्म इ. स. १५२८ मध्ये फेब्रुवारी ते नोव्हेंबरच्या दरम्यान झाला असण्याची शक्यता आहे. त्यामुळे १५३९ किंवा १५४० मध्ये त्यांचे वय १३ वर्षांपेक्षा जास्त नसावे. त्यामुळे या वयात त्यांना मुल होण्याची अजिबातच शक्यता नाही. त्यामुळे शेवटची तारखीच योग्य वाटते. यावेळी उदयसिंगाचे वय २२-२३ वर्षांचे असावे.

प्रतापचे बहीण भाऊ

तत्कालिन समाजात बुहपत्नीत्त्वाची प्रथा होती. उदयसिंगही त्याला अपवाद नव्हते. वीर विनोद यांनी त्यांना १८ पत्नी आणि २४ मुले असल्याचे नमूद केले आहे. त्यांनी नावे मात्र खालील सात पत्नींचीच दिली आहेत.

क्र.	पत्नी	तिच्यापासून झालेली मुले
१	जयववंताबाई	१. प्रताप
२.	सज्जाबाई सोळंकिणी	२. शक्तिसिंग
		३. वीरमदेव
३.	जयवंताबाई मादेच़ी	४. जैतसिंग
४.	लालाबाई	५. कान्ह

५. वीरबाई झाली	६. रायसिंग	
६. लख्खाबाई झाली	७. शार्दुलसिंग	८. रूद्रसिंग
७. धारबाई मटियाणी	९. जगमाल	१०. समर
	११. अगर	१२. साह
	१३. पच्याण	

या सात पत्नी आणि तेरा मुलांशिवाय इतर अकरा मुलांच्या नावांचा उल्लेख केला आहे, पण इतर पत्नींच्या नावांचा उल्लेख नाही. अकरा इतर पुत्रांची नावे अशा प्रकार आहेत.

१) नारायणदास	२.) सुल्तान
३) लूणकरण	४) महेशदास
५) चंदा	६) भावसिंग
७) नेतासिंग	८) नागराज
९) वैरीशाल	१०) मानसिंग
११) साहीब खान	

साहीब खान एखाद्या मुस्लिम पत्नीच्या पोटी झाला असावा. तो हिंदूपासून मुसलमान झाला असता, तर त्याच्या हिंदू नावाचाही उल्लेख आला असता. यावरून आणखी एक गोष्ट लक्षात येते, की उदयसिंगाच्या कोणत्याही मुलीच्या नावाचा उल्लेख आढळत नाही. कदाचित पुरूषप्रधान संस्कृतीत स्त्रियांची उपेक्षा होत असल्यामुळे असे झाले असावे. कारण एकही मुलगी अजिबात झाली नाही, असे होणे शक्य नाही. पुढे महाराणा प्रताप याच्याही एखाद्या मुलीच्या नावाचा उल्लेख इतिहासाच्या पुस्तकात आढळत नाही.

नैनसी यांच्या मतानुसार राजा उदयसिंग यांच्या वीस राण्या होत्या आणि १७ मुले होती. प्रताप सर्वात मोठ्या राणीचा मुलगा असल्याबरोबरच सर्व भावंडात मोठा होता, ही गोष्ट निर्विवाद आहे. मग उदयसिंगाला १८ राण्या असो की २० राण्या असाव्यात. किंवा मुलांची संख्या १७ असो की २४.

प्रतापचे बालपण

महाराणा प्रताप याचे बालपण तसेच त्याचे सुरूवातीचे जीवन याबाबत इतिहासाच्या पुस्तकात फार काही आढळून येत नाही. त्यामुळे त्यांचे हे जीवन उदयसिंगाचा

सत्ताकाळ आणि संघर्षाच्या स्वरूपातच पाहणे योग्य होते. प्रताप आपल्या वडिलांचा सर्वात मोठा होता आणि उदयसिंगाचा शासनकाळ सुख शांतीने भरलेला नव्हता. त्यामुळे मेवाडच्या या राजकुमाराचे बालपणही फुलाची शेज नव्हते. उदयसिंगाला आपल्या जीवनात सतत संघर्ष करीत इकडे तिकडे भटकावे लागले. त्याचा परिणाम नक्कीच प्रतापवर झाला असणार.

नवीन राजधानी उदयपूरची निर्मिती

थोड्या कालावधीसाठी का होईना, पण मेवाडवर शेरसिंहाचे राज्य होते. तोपर्यंत मेवाडची राजधानी चितौड होती. चितौड हे राजधानीसाठी उपयुक्त शहर नसल्याचा विचार उदयसिंगने केला. यापासून प्रेरणा घेऊन त्याने नवीन राजधानी उभारण्याचे ठरविले. त्यासाठी गिर्वा परदेशात एक ठिकाण निवडण्यात आले. डोंगराने वेढलेले हे ठिकाण अपेक्षेनुसार खूप सुरक्षित होते. विक्रमी संवंत १६१६ मध्ये या ठिकाणी नवीन राजधानी उदयपूरचे निर्माण कार्य सुरू झाले. याच्या आसपास वस्ती करण्यासाठी लोकांना प्रोत्साहित करण्यात आले. त्यांना त्यासाठी अनेक प्रकारच्या सुविधा पुरविण्यात आल्या. उदयसिंगाचे हे कार्य नक्कीच दूरदर्शीपणाचे होते. त्यामुळे उत्तर मेवाडवर होणाऱ्या आक्रमणापासून राज्य आणि जनता दोघांचीही सुरक्षा झाली.

राज्य विस्तार आणि मैत्रीसंबंध

शेरसिंहांच्या मृत्यूनंतर राजपुतान्यात आपली परिस्थिती अधिक मजबूत करण्याच्या मागे उदयसिंग लागला. त्यासाठी त्याने मेवाडच्या शेजारील राज्यांना आपल्या प्रभावाखाली आणायचे होते. यावेळी राजस्थानमध्ये बुंदी सर्वाता जुने राज्य होते. त्यावर चौहाण राजवंशाचे राज्य होते. राव सुर्जनच्या काळापर्यंत राव कोणत्या ना कोणत्या स्वरूपात मेवाडच्या आधीन राहत होते, पण मधल्या काळात मेवाडची अवस्था बिकट झाल्यावर त्यांनी स्वतःला स्वतंत्र घोषित केले. यावेळी तेथील सत्ता राव सुरत्राण याच्याकडे होती. त्याच्या अत्याचाराने सामंत दुःखी होते. त्यांच्या सरदारानी उदयसिंगाकडे मदत मागितली. उदयसिंग तर याच संधीची वाट पाहत होता. त्याला बुंदीच्या कारभारात हस्तक्षेप करण्याची संघी मिळाली. बुंदी राजवंशातील

एक शूर सैनिक हाडा सुर्जन उदयसिंगाच्या चाकरीत होता. त्याने अनेक युद्धामध्ये शौर्याने सहभाग घेतला होता. बुंदीमधील सुरत्राणाचे अत्याचार पाहता उदयसिंगने सुर्जनला तेथील राजा करण्याचे नक्की केले. त्याला राज्याभिषेक करून रणथंबोरचा दुर्गरक्षक केले. इ.स. १५५४ मध्ये सुर्जनला सैन्यासह बुंदी काबीज करण्यासाठी पाठविले. यश मिळणे सहज शक्य होते. सुरत्राण युद्धात पराभूत होऊन पळून गेला आणि बुंदी उदयसिंगाच्या अधिपत्याखाली आले.

मेवाडच्या उत्तरेला डुंगरपूर राज्य होते. मेवाडची सुरक्षितता पाहता ते आधीन करणे आवश्य होते. इ. स १५५७ पूर्वी उदयसिंगाने त्याच्यावव आक्रमण करण्यासाठी सैन्य पाठविले. या युद्धात मेवाडला सफलता मिळाली नाही आणि खूप मोठे नुकसान सहन करावे लागले.

शेजारील राष्ट्रावर सत्ता गाजविण्याच्या या प्रयत्नात राजा उदयसिंगाचे लक्ष मारवाडकडे गेले. राणा सांगाच्या मृत्यूनंतर मारवाड हा राजपुतान्यामधील एक सामर्थ्यशाली राज्य झाले होते. तेथील राजा मालदेवही एक महत्त्वांकाक्षी राजा होता. तो स्वतःही आपल्या राज्याचा विस्तार करण्याच्या विचारात होता. त्यामुळे या दोघांत संघर्ष होणे नैसर्गिक होते. दोघेही एक दुसऱ्याला आपल्या अधिपत्याखाली आणण्याच्या प्रयत्नात होते. अशा वेळी उदयसिंगाला एक संधी मिळाली. त्यावेळी अलवरवर शेरशहा सुरीचा एक सेनापती हाजी खा यांची सत्ता होती. शेरशहाच्या मृत्यूनंतर दिल्लीवर पुन्हा मोगलांची सत्ता आली होती. अकबर मोगल सम्राट झाला होता. त्याने हाजी खाला पराभूत करण्यासाठी सैन्य पाठविले होते. सैन्य अलवरला पोहचण्यापूर्वीच हाजी खा अजमेरला पळून गेला. त्याला लुटण्यासाठी मालदेवने आपले सैन्य पाठविले. उदयसिंग आणि मलदेव यांच्यातील संघर्ष हाजी खानला माहीत होता. त्याने उदयसिंगाकडे मदत मागितली. उदयसिंगाने त्याला मदत करण्यासाठी जयमल मेडतिया, राव सुर्जन आणि दुर्गा सिसौदिया यांना पाठविले. मालदेवचे सैन्य युद्ध न करताच परत आले. या घटनेमुळे मालदेव आणि उदयसिंग यांच्यातील शत्रुत्त्व अधिकच वाढले.

हाजी खांन याची एक प्रेमिका रंगराय पातर होती. तिच्या सौंदर्याचे वर्णन ऐकून तिला मिळविण्याची इच्छा उदयसिंगाच्या मनात निर्माण झाली. त्याने हाजी खानला

मदत केली होती. त्यामुळे त्याच्या बदल्यात त्याने पातरची मागणी केली. हाजी खानने ती आपली पत्नी असल्याचे सांगून तिला द्यायला नकार दिला. उदयसिंगाच्या या कृत्याला सामंतांनी विरोध केला. तरीही उदयसिंगने हाजी खांनच्या विरोधात सैन्य पाठविले. या प्रसंगी हाजी खानने मालदेवकडे मदत मागितली. मालदेवही संधीच्या शोधात होता. त्याने मदत करण्याची तयारी दाखवली. जानेवारी १५५७ मध्ये दोन्ही बाजूचे सैन्य हरमाडा येथे समोरा समोर आले. मालदेवचे दीड हजार सैनिक आणि हाजी खानचे पाचशे पठाण होते. यांच्या तुलनेत मेवाडचे सैनिक खूप तोकडे होते. हे युद्ध करू नये, असा सामंतांनी उदयसिंगाला सल्ला दिला. उदयसिंगाने कोणाचेच ऐकले नाही. या युद्धाचा शेवट अपेक्षेप्रमाणे झाला. उदयसिंगाचे सैन्य अतिशय वाईटरित्या पराभूत झाले. त्याचे अनेक सैनिक कामे आले.

मालदेव आणि उदयसिंग यांच्यातील हे काही अखेरचे युद्ध नव्हते. दोघांनाही राजपुतान्यामध्ये आपापले वर्चस्व निर्माण करायचे होते. खैरवे येथील राव जैतसिंग याची मुलगी मालदेवची पत्नी होती. मालदेवाला जैतसिंगाच्या दुसऱ्या मुलीशीही विवाह करायचा होता. जैतसिंगाला हा विवाह मान्य नव्हता. मालदेवने याचे परिणाम भोगण्याची धमकी दिली होती. अशा वेळी मालदेवच्या आक्रमणाविरूद्ध उदयसिंगच आपल्याला मदत करू शकतो, असे जैतसिंगाला वाटले. म्हणून मग जैतसिंगाने उदयसिंगाकडे आपल्या मदतीसाठी पत्र पाठवितानाच आपल्या मुलीशी विवाह करण्याचा प्रस्तावही पाठविला. उदयसिंगाने दोन्ही प्रस्ताव स्वीकारले. जैतसिंग आपली मुलगी घेऊन कुंभलगढ जवळील गुढा नावाच्या गावात पोहचला. तिथे या मुलीचा उदयसिंगासोबत विवाह झाला. या घटनेमुळे मालदेवशी त्याचे संबंध आणखीनच बिघडले. संतप्त होऊन मालदेवने कुंभलगढवर आक्रमण केले. मेवाडच्या सैन्याने या आक्रमणाचा शौर्याने सामना केला. मालदेवचे सैन्य पराभूत होऊन पळून गेले.

सिरोही हे मेवाडचे आणखी एक शेजारी राज्य होते. याला आपल्या अधिपत्याखाली आणल्यानंतर मेवाडच्या प्रभावात नक्कीच वाढ होणार होती. एकूणच घटना अशा प्रकारे घडल्या की सिरोही सहजपणे मेवाडच्या अधिपत्याखाली आले. तेथील राज्याचे नावही उदयसिंगच होते. त्याने आपला चुलतभाऊ मानसिंग याच्याकडून लोहियाणाची जहागिरी काढून घेतली. मानसिंग मेवाडच्या उदयसिंगाच्या चाकरीत आला. राणा

उदयसिंगाने त्याला १८ गावांची जहागिरी दिली. १५६२ मध्ये सिरोहीचा राजा उदयसिंग याचे निधन झाले. मानसिंगाला तेथील राजा करण्यात आले.

उपरोक्त सर्व विश्लेषणावरून हेच सिद्ध होते, की मेवाडला सामर्थ्यशाली करण्यासाठी उदयसिंगाने केलेले प्रयत्न म्हणजे त्याच्या दूरदर्शीपणाचा पुरावा होय.

उदयसिंगाचा मोगलांशी संघर्ष

साधारणपणे सहाव्या शतकात मेवाडवर उदयसिंगाच्या वंशाची सत्ता होती. या काळात त्याने कुशलतापूर्वक आपल्या राज्याचा प्रभाव वाढविण्यासाठी प्रयत्न केले. १५५६ मध्ये दिल्लीच्या सिंहासनावर अकबराला राज्याभिषेक झाला. या घटनेमुळे भारताच्या राजकारणात एक नवीन परिवर्तन आले. भारताचा एकछत्री सम्राट होण्याचे अकबराचे स्वप्न होते. त्याची ही महत्त्वाकांक्षा म्हणजे उदयसिंगासाठी आगामी संकटांची नांदी होती. सर्व भारतीय राजांना आपल्या अधिन करण्यासाठी अकबराने एक योजना आखली. राजपुतांचे शौर्य आणि इतर गुण अकबराला चांगले माहीत होते. भारताचा सम्राट होण्यासाठी सर्वात आधी राजपूतांना आपल्या बाजूने करणे आवश्यक असल्याचे त्याला वाटले. सर्वात आधी १५६२ मध्ये त्याने अमरचा काछवाय राजा मारमल याच्या मुलीशी विवाह करून या राजाशी मैत्री केली. त्याच बरोबर त्याच वर्षी त्याने राजपुतान्यातील मेडता राजालाही आपल्या बाजूने केले. सर्व राजपूत राजांना आपल्या बाजूने करण्यासाठी मेवाडवर विजय मिळविणे आवश्यक असल्याचे त्याला वाटले. मोगलाचे अधिपत्य स्वीकारण्यासाठी उदयसिंग कोणत्याही प्रकारे राजी नव्हता.

उदयसिंगाच्या एका मुलाने शक्तिसिंगाने, वडिलांशी वाद झाल्यानंतर अकबराची शरणागती पत्करली होती. एकदा अकबराने दरबारात हसत हसत असे म्हटले की इतर राजांनी शाही दरबारात डोल पाठविले आहेत, पण उदयसिंगाने असे केले नाही. अकबर कधीही मेवाडवर आक्रमण करू शकतो, हे शक्तिसिंगाच्या लक्षात आले. सप्टेंबर १५६७ मध्ये अकबराला काहीही न सांगता शक्तिसिंग धौलापूरहून आपल्या वडिलांकडे आला आणि त्यांना अकबराच्या योजनेविषयी माहिती दिली.

मेवाड आणि मोगलांमध्ये परंपरागत वैर होते. बाबर आणि राणा सांगा यांच्यात चाळीस वर्षापूर्वी या वैराची सुरूवात झाली होती. बाबराच्या तुलनेत अकबर किती

तरी अधिक महत्त्वाकांक्षी होता. शक्तिसिंगाकडून अकबराच्या आक्रमणाची पूर्वसूचना मिळाल्यावर उदयसिंगाने आपल्या राज्यातील सर्व अनुभवी नागरिक आणि सामंतांची एक सभा बोलावली. या सभेत भावी संकटाचा सामना करण्याविषयी विचार विनिमय करण्यात आला. या सभेत असे ठरविण्यात आले, की उदयसिंगाने आपल्या कुटुंबासह पश्चिमी डोंगरी भागात जावे आणि तिथे राहून नवीन वसाहतीच्या सुरक्षेची व्यवस्था करावी. चितौड किल्ल्याची सुरक्षा करण्याची जबाबदारी जयमल राठोड आणि पत्तावर सोपविण्यात आली. त्यासाठी तिथे आठ हजार सैनिक तैनात करण्यात आले. किल्ल्यामध्ये पुरेशा प्रमाणात खाद्य आणि युद्ध सामग्री जमा करण्यात आली. तसेच भोवतालच्या सर्व वस्त्या नष्ट करण्यात आल्या. कालपीहून बोलावण्यात आलेल्या एक हजार बंदुकधारी सैन्याला आक्रमण करणाऱ्यांना रोखण्यासाठी मार्गात आघाडीवर नियुक्त करण्यात आले.

बहुतेक इतिहासकारांनी उदयसिंगाच्या या कामावर टीका करीत त्याला भित्रा म्हणून संबोधले आहे, पण त्यावेळची एकूण परिस्थिती पाहता, हे अयोग्य म्हटले जाऊ शकत नाही. तसेही हा निर्णय अनुभवी सल्लागार आणि सामंताच्या सर्वसंमतीने घेतला होता. त्यामुळे तो नाकारणेही अव्यवहार्य होते.

अकबराचे चितौडवर आक्रमण

सप्टेंबर १५६७ मध्ये अकबर चितौडवर आक्रमण करण्यासाठी निघाला. मार्गामध्ये शिवपूर आणि कोटा येथील किल्ले जिंकून तो गागरौनला पोहचला. त्याचे दोन सेनापती आसफ खान आणि वजीर खान यांनी मेवाडमधील एक मजबूत किल्ला मांडलगढवर कब्जा मिळविला होता. आपल्या सैन्याची एक तुकडी मालवा विजय जिंकण्यासाठी पाठवून भर भक्कम सैन्य सोबत घेऊन अकबर स्वतः चितौडच्या दिशेने निघाला. २३ ऑक्टोबर १५६७ रोजी त्याने चितौडगडाला वेढा घातला. हा वेढा अनेक दिवस राहिला. राजपुतांनी मोगल सैन्याचा शौर्याने सामना केला. अकबराच्या सैन्याचा उत्साह मावळू लागला. त्यावर त्याने आपल्या सैन्याला सुरूंल आणि साबात तयार करण्याचा आदेश दिला. राजपूत सैन्याने सुरूंग बनविणाऱ्या आणि इतर मोगल सैन्याचा विनाश केला. साबात तयार करणाऱ्या सैन्याच्या सुरक्षिततेसाठी चामड्याची जाड चिलखते करण्यात आली. तरीही अनेक मोगल

कारागिर मारले गेले. सुरूंगाच्या माध्यमातून मोगलांनी अनेक ठिकाणी किल्ल्याच्या भिंती पाडल्या, तरीही राजपूत सैनिकांनी त्या ठिकाणी तेल, कापूस, बारूद असे साहित्य जाळून शत्रूला आत येऊ दिले नाही. दीर्घ संघर्षानंतर किल्ल्यातील धान्याचा साठा संपत आला. या युद्धात अकबराच्या गोळीने जयमलला वीरमरण आले.

जयमलाच्या निधनाने राजपूत निराश झाले. आपला पराभव नक्की असल्याचे त्यांना दिसू लागले. यावर किल्ल्यातील राजपुतांनी पत्ताला आपला सेनापती केले. आपपाल्या मुलांना घेऊन किल्ल्यामध्ये असलेल्या राजपूत स्त्रियांनी आगीत उड्या घेतल्या. २४ किंवा २ फेब्रुवारी १५६८ रोजी सकाळी सर्व राजपूत अंतिम संघर्षासाठी तयार झाले. मृत्यूची भीती दूर करून त्यांनी किल्ल्याचे दार उघडले आणि ते शत्रूवर तुटून पडले. घनघोर युद्धानंतर मोगल सैन्याने चितौड किल्ल्यावर क़ब्जा केला.

किल्ल्यावर ताबा मिळविला म्हणून अकबराची रक्ताची तहान शांत झाली नाही. चितौडमधील अनेक नागरिकही किल्ल्याच्या आश्रयाला आले होते. त्यांची संख्या जवळपास ३०,००० होती. किल्ल्यात प्रवेश केल्यावर अकबराने या सर्व निरापराध लोकांची निर्दयीपणे हत्त्या केली. हे हत्त्याकांड दिवसाच्या तिसऱ्या प्रहरापर्यंत सुरू होते. अशा अमानवी हत्त्याकांडाचे मेवाडच्या इतिहासात दुसरे एकही उदाहरण आढळून येत नाही. अकबर महानचे हे कृत्य त्याच्या थोरवीवरील एक काळा डाग समजले जाते.

या युद्धात अकबर जयमाल आणि पताच्या शौर्याने खूप प्रभावित झाला. त्याने या वीरांच्या शौर्याची मुक्तकंठाने प्रशंसा केली. या दोन वीरांच्या शौर्याने अकबर इतका प्रभावित झाला होता, की अग्रा येथील किल्ल्यात त्याने या दोघांच्या मूर्ती लावल्या होत्या, असे म्हणतात.

चितौडवर कब्जा मिळविल्यानंतर दुसऱ्या वर्षी अकबराने मेवाडमधील दुसरा किल्ला रणथंबोरवरही कब्जा मिळविला. या किल्ल्याचा रक्षक असलेल्या राव सृजनसिंग हाडाने उदयसिंगाची सोबत सोडून अकबराचे अधिपत्य स्वीकारले. अशा प्रकारे १५७० च्या अखेरपर्यंत राजपुतान्यामधील जवळपास सर्वच राजांनी एकेक करून अकबराचे अधिपत्य मान्य केले होते. फक्त उदयसिंग हाच एक असा राजा होता, ज्याने अकबराला शरण जाणे स्वीकारले नाही. तसे मेवाडमधील सर्वात महत्त्वाचा किल्ला चितौडवर अकबराने ताबा मिळविला होता, तरीही उदयसिंग आपल्या

अखेरच्या काळापर्यंत उदयपूरला आपली नवीन राजधानी बनवून तिथून अकबराशी संघर्ष करीत होता.

उदयसिंगाकडून जगमलला युवराजपद

राजा उदयसिंगाचा प्रताप हा जेष्ठम मुलगा होता. पंरपरेनुसार जेष्ठ पुत्र राज्याचा वारसदार होत असे. उदयसिंगाने मात्र ही पंरपरा पूर्णपणे मोडीत काढली. १५७०मध्ये ते कुंभेलमेरला गेले. तिथे त्यांनी नवीन सैनिकांची भरती केली. या सैनिकांना घेऊन ते गोगुंदाला पोहचले. पुढील वर्षीही ते तिथेच राहिले. नंतर त्यांची प्रकृती ढासळू लागली. तेव्हा त्यांनी धीरजबाई भटियाणीला झालेला आपला मुलगा जगमाल याला युवराज घोषित केले. राणी भटियाणीवर त्यांची विशेष कृपा होती. त्यामुळे तिच्या आग्रहावरून त्यांनी असे केल्याची शक्यता नाकारता येत नाही. या विषयी वीरविनोद मध्ये असे लिहिले आहे,

"विक्रमी १६२७ (हिजरी ९७८, इ.स. १५७०) मध्ये महाराणा कुंभलमेरला आले. तिथे त्यांनी सैन्य जमा करून ते गोगुंदाला आले. वि. १६२८चा दसरा त्यांनी तिथेच साजरा केला. पुढे फाल्गुन महिन्यात महाराणा आजारी पडले तेव्हा त्यांनी महाराणी भटियानीपासून झालेला आपला मुलदा जगमालला युवराज केले. कारण महाराणी भटियांनीवर महाराजांची खूपच मेहरबानी होती."

पंरपरा मोडून आपल्या लहान मुलाला आपला वारसदार नेमणे हे काही फारशे शहाणपणाचे कार्य नव्हते. असे करण्यापूर्वी उदयसिंगाने आपल्या काही सामंतांना आपल्या बाजूने केले होते. त्यानंतरच त्यांनी अशी घोषणा केली होती. या निर्णयामुळे प्रतापच्या अपेक्षा भंग होणे स्वाभाविक होते. कारण खरे तर तेच या राज्याचे वारसदार होते. पण आपल्या वडिलांच्या या निर्णयाविरोधात वडील जिंवत असताना त्यांनी काही केल्याची नोंद इतिहासात आढळत नाही.

उदयसिंगाचे निधन

बहुविवाहपद्धतीमुळे नेहमीच अनेक प्रकारच्या समस्या निर्माण झाल्या आहेत. राजा -महाराजाही त्यातून सुटले नाहीत. महाराणा उदयसिंगाला २४ पुत्र होते.

प्रताप त्या सर्वांत जेष्ठ होता. परंपरेनुसार तोच राज्याचा खरा वारसदार होता. उदयसिंगाच्या अठरा राण्यांमध्ये प्रतापची माता सर्वात जेष्ठ राणी होती. उदयसिंगाने प्रेम आणि मोहाच्या जाळयात अडकून आपली कूळ पंरपरा आणि नीती सोडून दिला. सामंतानी प्रतापला मदत केली. सामंताचा निर्णयच सर्वोच्च असे. त्यांनी प्रतापच राज्याचा खरा वारसदार असल्याचे स्वीकारले होते.

हे राज्य आपल्या नंतर प्रतापला नाही तर जगमालला मिळेल, अशी व्यवस्था उदयसिंगाने करून ठेवली होती. याचे कारण होते जगमलची आई लहान राणी भटियाणीवर असलेले त्याचे प्रेम. आपल्या या निर्णयाला जोरदार विरोध होईल, हे त्याला माहीत होते. त्यामुळे आपल्या मनातील हा निर्णय त्याने गुप्त ठेवला. आपल्या अस्वस्थतेमुळे महाराणा उदयसिंगाला आपला अंतिम काळ जवळ आल्याची जाणीव झाली होती. त्यामुळे त्याने जगमालची युवराज म्हणून घोषणा केली. थोड्याच दिवसाच्या अस्वस्थतेनंतर २८ फेब्रुवारी १५७२ रोजी उदयसिंगाचे निधन झाले.

प्रकरण तिसरे

महाराणा प्रतापचा राज्याभिषेक

आपली सर्वात आवडती राणी भटियानीचा पुत्र जगमाल याची महाराणा उदयसिंग यांनी युवराज म्हणून घोषणा केली होती. गोगुंदामध्ये उदयसिंगाचे निधन झाल्यावर अंत्यसंस्कारासाठी त्यांचे पार्थीव स्मशानात नेण्यात आले तेव्हा तिथे जगमल गेला नाही. मेवाडमधील पंरपरेनुसार राज्याचा उत्तराधिकारी तेथील राज्याच्या अंतिम संस्काराला उपलब्ध राहत नसे. उदयसिंगाने जगमलला युवराज घोषित केल्याची माहिती अनेक सामंतांना नव्हती. त्यामुळे स्मशानात जगमल न आलेला पाहून अनेकांना त्याचे आश्चर्य वाटले. त्यावर ग्वालिअरचा राजा रामसिंग याने जगमालचा लहान भाऊ राजकुमार सगरला विचारले, "जगमाल कुठे आहे? "

"स्वर्गिय महाराणाने त्याला आपला उत्तराधिकारी नेमल्याचे तुम्हाला माहीत नाही का? " सगरने उत्तर दिले.

मेवाडच्या बाजूने येण्यासाठी राव चुडा याने आपले राज्य मेवाडमध्ये मिळविले होते. तेव्हापासून राज्याचा स्वामी सिसौदिया राजकुळाचा जेष्ठ पुत्र तसेच राजाचे प्रधानपद करणारा चुडाचा वंशज समजला जात असे. त्यामुळे राज्याचे स्वामी महाराणा आणि व्यवस्थेचे प्रमुख चुडा समजले जात होते. सगरने जगमलला युवराज घोषित केल्याची

बातमी ऐकल्यावर प्रतापचे मामा जालौरचे राव अखेसिंग यांनी चुडाचे नातू रावत कृष्णदास आणि रावत सांगा यांना सांगितले, "तुम्ही राज्याचे चुडा आहात, त्यामुळे राज्याचा वारसदार तुमच्या समंतीने निवडायला हवा. मेवाडची अवस्था दयनिय आहे. अकबरासारखा सामर्थ्यवान शत्रू समोर आहे. मेवाड उजाड होत चालला आहे. अशा परिस्थितीत हा घरातील कलह वाढला तर राज्याचा विनाश होणार, यात संशय नाही."

मेवाडच्या अशा विपरित परिस्थितीत एखाद्या योग्य व्यक्तीलाच मेवाडचा महाराणा करणे योग्य आहे. प्रताप सर्व दृष्टीने यासाठी लायक आहे. प्रचलित रितीनुसार त्यांचाच यावर अधिकार आहे. तिथे उपस्थित असलेले सर्व सामंत याच बाजूचे होते. शेवटी रावत कृष्णदास आणि रावत सांगाने आपला निर्णय जाहीर केला,

"पंरपरागत अधिकारी आणि शूरवीर प्रतापसिंग यांना कोणत्या कारणाने दोष द्यावा?"

प्रतापमध्ये एक नवीन आशा संचारली. नाही तर ते मेवाड सोडून जाण्याचा विचार करीत होते. त्यांनी मेवाड सोडण्याचा अर्थ होता, आपले अधिकार मिळविण्यासाठी जगमलशी संघर्षाला सुरूवात करणे. सामंताच्या निर्णयाने हा संघर्ष टळला.

जगमलऐवजी प्रताप महाराणा

तिकडे जगमाल आपला राज्याभिषेक करीत होता. उदयसिंगाच्या अंत्यविधीनंतर सर्व सामंत राजमहालात परत आले तेव्हा जगमाल राजसिंहासनावर बसला होता. प्रताप राजमहालाच्या बाहेरच थांबला होता. सामंतानी जगमालला सांगितले, की तुझे स्थान सिंहासनावर नसून सिंहासनाच्या समोर आहे. इतके बोलूनच ते थांबले नाहीत, तर त्यांनी जगमालला हाताला धरून सिंहासनावरून उठविले आणि सिंहासनासमोर खाली बसविले. कारण मेवाडमध्ये महाराणाचे भाऊ सिंहासनासमोर बसत असत. जगमालला आपला हा अपमान सहन करावा लागला कारण एक तर त्याची बाजू पंरपरेने दुबळी होती, तसेच त्याच्या समर्थकांची संख्या नगण्य होती. त्यामुळे कसलाही विरोध न करता तो बसविलेल्या जागेवर बसला.

त्यानंतर प्रतापला दरबारात बोलावून त्याला सिंहासनावर बसविण्यात आले. विधिवत त्याचा राज्याभिषेक करण्यात आला आणि 'प्रताप महाराणाचा विजय

असो’ या घोषणांनी आकाश दुमदुमले. त्यानंतर प्रताप मेवाडचा महाराणा झाला. मेवाड राज्याच्या परंपरेनुसार त्यांनी आपल्या सर्व सभासदांना भेटी आणि भेटवस्तू दिल्या. अशा प्रकारे जगमल राजा होण्याची स्वप्ने पाहत होता, आणि प्रताप मेवाड सोडून जाण्याचा विचार करीत होता; पण घडले मात्र वेगळेच. प्रताप महाराणा झाला आणि जगमल पाहतच राहिला. हा सर्व घटनाक्रम २८ फेब्रुवारी १५७२ या एका दिवसाचा आहे. कारण मेवाडमध्ये राजाच्या मृत्यूच्या दिवशीच त्याचा वारसदार निवडला जात असे.

जगमल मोगलांना शरण

ज़गमाल आपला अपमान विसरू शकला नाही. त्याने मेवाडमध्ये आपला विरोध जाहीर रित्या व्यक्त केला नाही, पण त्यामुळे आतल्या आत जळून मेवाडमध्ये राहणे त्याला अशक्य होत होते. त्यामुळे शेवटी त्याने मेवाड सोडून मोगल सुभेदाराच्या चाकरीत अजमेरला गेला. त्यामुळे मोगल सुभेदार खूप आनंदित झाला. त्याने जगमालला सहर्ष आश्रय दिला. योग्य वेळी जगमाल अकबरासमोर गेला. अकबराने त्याला जहाजपूरची जहागिरी दिली. त्यानंतर इ.स. १५८३ मध्ये अकबराच्या आज्ञेने त्याला सिरोही राज्याचा भाग देण्यात आला. लक्षात घेण्यासारखी बाब म्हणजे इथे अकबर एका बाणाने दोन शिकार करीत होता. एकीकडे तो मेवाडमधील घरभेदीपणाला खतपाणी घालीत होता, दुसरीकडे त्याला सिरोहीचे आर्धे राज्य देऊन त्याच्या मेहुण्याला त्याचा शत्रू केले. सिरोहीमध्ये आतापर्यंत जगमालचे सासरे राव मानसिंग यांची सत्ता होती. सिरोहीचे राज्यही जगमालसाठी शुभ ठरले नाही. त्याचा मेहुणा राव सुरत्राण त्याचा शत्रू झाला. दोघांमधील पारंपरिक शत्रुत्वाने उग्र स्वरूप धारण केले आणि युद्ध सुरू झाले. इ.स. १५८३ मध्ये दत्तानीच्या युद्धात जगमाल आपल्या मेहुण्याच्या हातून मारला गेला.

महाराणा प्रतापच्या सुरूवातीच्या अडचणी

महाराणा प्रताप मेवाडच्या सिंहासनावर स्थानापन्न झाले तेव्हा राज्याची स्थिती अतिशय खराब झाली होती. दीर्घकालीन संघर्षामुळे मेवाड राजधानीहीन आणि साधनविरहित झाला होता. अर्थव्यवस्था आणि व्यापार डळमळीत झाल्यामुळे सामाजिक जीवन अस्ताव्यस्त झाले होते. रस्ते उखडले होते. सर्व विकास कामे थांबली होती.

मेवाडमधील सर्व उपजाऊ जमिन मोगलांच्या ताब्यात गेली होती. मेवाडच्या पूर्व सीमेकडील भाग बेदनौर, शाहपुरा, रायला हेही मोगलांच्या ताब्यात होते. या भागात मोगलांचा प्रभाव वाढत चालला होता. अजमेर येथील दर्ग्यासाठी मोगल सम्राटाकडून अनुदान दिले जात होते. प्रतापसाठी हे सर्व चिंतेचे विषय होते.

प्रतापला वारसा म्हणून छिन्न-विछिन्न अवस्थेतील मेवाड राज्य आणि शक्तिमान मोगल सम्राट अकबराचे शत्रुत्त्व मिळाले होते. आता त्याच्यासमोर भावी धोरण नक्की करण्याची मुख्य समस्या होती.

राजधानी बदलणे आणि नवीन कार्यक्रम

चितौड मोगलांच्या ताब्यात गेले होते आणि प्रतापचा अभिषेक गोगुंदामध्ये झाला होता, हे आधीच नमूद केले आहे. राज्याभिषेक झाल्यानंतर महाराणा प्रताप कुंभलगडच्या जंगलात गेले. इथेच त्यांनी कुभंलगडला आपली तात्पुरती राजधानी स्थापन केली. इथे पुन्हा त्यांचा विधीवत राज्याभिषेक करण्यात आला. यावेळी कुंभलगडमध्ये जोधपूरचे राव चंद्रसेन समाविष्ट झाले होते, जे प्रतापचे मामा होते. दोघांमध्ये आधीच नैसर्गिक जवळिक होती. पुढे हे संबंध अधिक प्रेममय आणि घट्ट झाले. अकबराला आपल्या गुप्तचराकडून या भेटीची बातमी कळली होती. बुंदी, डुंगरपूर, बांसवाडा, रणथंबोरचे चव्हाण, ईडर आणि सिरोहीचे देवडा यांच्याशी प्रतापचे मैत्रिपूर्ण संबंध निर्माण झाले. कोण्या एकाशी झालेला समझोता रद्द झाला तरी ते दुसऱ्याशी तह करीत असत. मोगल सम्राटाशी कधीही युद्ध करावे लागू शकते, हे वास्तव त्यांना चांगल्या प्रकारे माहीत होते. म्हणून त्यांनी सीमावर्ती भागातील राजांशी मैत्री करण्याचे धोरण अवलंबविले. म्हणजे भविष्यात मोगल सम्राटाशी युद्धाची वेळ आली तर त्याचा एकत्रितपणे सामना करता येऊ शकेल. तसेच फक्त मेवाड केंद्री आक्रमण होणार नाही. त्याच्या बरोबरीने दुसऱ्या बाजूला ते आपली सैन्य शक्तीही सातत्याने वाढवित होते.

या सर्व बातम्या अकबरापर्यंत पोहचत होत्या. त्यामुळे त्याच्या मनात शंका निर्माण होणे, स्वाभाविक होते. आतापर्यंत मेवाडच्या काही भागावर त्याने ताबा मिळविला होता, तरीही मेवाडने त्याचे वर्चस्व मान्य केले नव्हते. दुसऱ्या बाजूला कसेही करून मेवाडला आपल्या अधीन करणे, हेच त्याचे ध्येय होते. महाराणा

प्रतापच्या सर्व कारवाया विशेषतः राव चंद्रसेनशी प्रतापचे असलेले संबंध म्हणजे आपल्यासाठी भावी संकट असल्याचे अकबराने ओळखले होते. तो याला सिसौदिया आणि राठोड यांचे पूर्वमिलन समजत होता. हे थांबविणे आवश्यक होते. त्यामुळे त्याने ज़ोधपूर आणि ईडरमधील आपल्या छावण्या अधिक समर्थ करून वेगवेगळया केल्या. त्यामुळे महाराणा प्रतापची अवस्था अधिकच कमकुवत झाली.

तरीही यामुळे महाराणा प्रताप निराश झाला नाही. दीर्घकालीन मोगल संघर्षामुळे मेवाडची जनता निराश आणि उदासिन झाली होती. त्यांच्या मनात नकारात्मक भावनेने घर केले होते. त्यांच्या मनातील ही निराशेची भावना दूर करणे हे प्रतापसाठी पहिले काम होते. त्यामुळे कुंभलगडला राजधानी केल्यानंतर त्यांनी सर्वात आधी मेवाडमध्ये नवीन चेतना निर्माण करायला सुरूवात केली. त्यामुळे मेवाडच्या जनतेच्या मनात देश आणि जातीसाठी स्वाभीमान निर्माण झाला. आपल्या मान सन्मानाचे रक्षण करण्यासाठी सर्वजण सज्ज झाले. मेवाडमधील वनवासी भिल्लांनाही राज्याच्या स्वातत्र्याचे रक्षण करण्यासाठी प्रेरित करण्यात आले. अशा प्रकारे मेवाडमधील सर्व लोक कोणत्याही परिस्थितीत देशाचे स्वातंत्र्य आणि सन्मानाचे संरक्षण करण्यासाठी खांद्याला खांदा लाऊन उभे राहिले. मेवाडमध्ये एका नव्या युगाचा पाया घातला जाऊ लागला.

मोगलांशी तह किंवा युद्धाचा पर्याय

यावेळी अकबर आपल्या साम्राज्याचा विस्तार करण्याच्या मागे लागला होता. तो एक कुशल राजनीतिज्ञ होता. त्याच्या स्वभावात सावधगिरी, साहस यासारखे गुण होते. जे एखाद्या कुशल राज्यामध्ये असणे आवश्यक असते. त्याला सर्व राजपूत जातींना आपल्या आधीन करायचे होते. त्यामुळेच त्याच्या साम्राज्याचा पाया पक्का होणार होता. वास्तविक पाहता तो एक खरा साम्राज्यवादी होता. दुसऱ्या बाजूला महाराणा प्रताप यांना मेवाडला नेहमीसाठी स्वतंत्र ठेवायचे होते. हाच आपला धर्म असल्याचे ते समजत होते. मोगलांचे अधिपत्य स्वीकारणे म्हणजे मेवाडच्या सार्वभौम स्वातंत्र्याचा बळी देणे होय, हे त्यांना चांगल्या प्रकारे माहीत होते. असे केल्यामुळे त्यांना संघर्षापासून सुटका मिळणार असली, ते एक सुखी जीवन जगू शकत असले तरीही त्यामुळे त्यांच्या नावाशी जोडलेला महाराणा हा

शब्द अर्थहीन होणार होता आणि ते फक्त अकबराच्या आधीन असलेले एक जाहगिरदार उरणार होते.

मोगलांचे स्वामीत्व मान्य करून अनेक राजपूत राजांनी अकबरांशी आपल्या मुलींचा किंवा बहिणीचा विवाह करून दिला होता. महाराणा प्रतापच्या दृष्टिने हे सर्वात अपमानजनक कार्य होते. त्यांच्या पूर्वजांनीही नेहमीच याचा विरोध केला होता. असे करून त्यांना आपला वंश कलंकित करायचा नव्हता. अकबर राजा एकपक्षीय विवाहाचा समर्थक नव्हता. राजपूत राजांनीही मोगल राजकन्यांशी विवाह करायला हवेत, असे त्याला वाटत होते. वीर विनोदमध्ये असा उल्लेख आढळतो, की त्याने (अकबराने) राजपूत राजांसमोर अशा प्रकारच्या विवाहाचा प्रस्ताव ठेवला होता. पण रक्ताची शुद्धता कायम ठेवणे किंवा इतर काही कारणांमुळे राजपुतांनी असे करणे स्वीकारले नाही. ही गोष्ट अतिशय हास्यास्पद वाटते, की आपल्य मुली आणि बहिणीच्या डोल्या मोगल सम्राटाकडे पाठविण्यात त्यांना काही कमीपणा वाटत नव्हता, त्यात त्यांना लज्जास्पद किंवा अपमानकारक काही वाटत नव्हते, पण एखाद्या मुसलमान राजकुमारीशी विवाह करणे मात्र त्यांना आपल्या प्रतिष्ठेच्या विरूद्ध वाटत होते. वास्तविक पाहता उप पत्नी म्हणून मुस्लिम मुलीला ठेवण्यात काहीही बंधने नव्हती.

अशा परिस्थितीवर विचार करून महाराणा प्रतापने मोगलांचे दास्यत्त्व कधीही न स्वीकारण्याचा निर्णय घेतला. कारण एकीकडे खडतर संघर्षाचा मार्ग होता, तर दुसरीकडे अपमानकारक जीवनाच्या मूल्याच्या बदल्यात सुख सुविधा होत्या. समझोता किंवा विरोध या दोन्हीतही त्रासच होता. तरीही विरोध करण्याचा त्रास अधिक असून सुद्धा तो कीर्ती देणारा होता. सन्मानाने जगणे हेच महापुरूषांसाठी सर्व काही असते. त्यामुळे मग त्यांनीही संघर्षाचा सन्मानपूर्वक मार्ग स्वीकारण्याचा निर्णय घेतला.

अकबराकडून मैत्रिचे प्रयत्न

संपूर्ण भारताचा सम्राट होणे, हेच अकबरासमोर एकमेव ध्येय होते. चितौड विजयानंतर अकबराने मेवाड मोहीम थांबवली होती. दिल्ली सम्राटाशी मैत्री करणे हाच योग्य पर्याय असल्याचा विचार करण्यासाठी जणू काही त्याने महाराणाला वेळ दिला होता. या कालावधीत प्रतापने दोन मुख्य कामे केली. पहिले म्हणजे

भावी युद्ध लक्षात घेऊन आपले कार्यक्षेत्र नक्की करणे आणि दुसरे म्हणजे शेजारी राजांशी मैत्रीपूर्ण संबंध. म्हणजे मग मेवाडवर मोगलांचा कमी दबाव पडेल.

मेवाड मोहीम रद्द करण्यामागे दुसरे एक कारण असे होते, की अकबर संपूर्ण गुजरातवर १५७२ पर्यंत ताबा मिळवू शकला नाही. त्यामुळे आधी त्याला गुजरात काबीज करायचा होता. उदयसिंगासोबत झालेल्या युद्धात त्याला विशेष यश मिळाले नव्हते. त्यामुळे मेवाडच्या नव्या राज्याने युद्ध न करताच आपली सत्ता मान्य करावी, अशी त्याची इच्छा होती. त्यासाठी त्याने स्वतः प्रयत्न करायला सुरूवात केली. आपल्या या योजनेनुसार त्याने महाराणा प्रतापाकडे चार वेळा तहाचे प्रस्ताव पाठविले. त्याची माहिती पुढे देण्यात आली आहे.

जलाल खान कोचीचा तहाचा प्रस्ताव

महाराणा प्रताप सत्तेत आल्यानंतर अवघ्या सहा महिन्यातच सप्टेंबर १५७२मध्ये अकबराने त्याच्याकडे आपला पहिला तहाचा प्रस्ताव पाठविला. हा प्रस्ताव घेऊन जलाल खान कोचीच्या अध्यक्षतेखाली एक शिष्टमंडळ प्रतापला भेटायला आले. जलाल खान कोरची हा अकबराचा अतिशय हुशार, वाकपटू आणि विश्वासनिय दरबारी होता. महाराणाने त्याचे योग्य प्रकारे स्वागत केले, पण या प्रस्तावाला प्रतिसाद दिला नाही. जवळपास दोन महिने दोन्ही बाजूने या प्रस्तावावर चर्चा झाली. नोव्हेंबर १५७२ मध्ये हे शिष्टमंडळ परत गेले.

यावेळी अकबर अहमदाबादमध्ये होता. या मैत्रीचा प्रस्ताव अपयशी झाल्यामुळे त्याला दुःख झाले तरीही तो निराश झाला नाही. त्यानंतरही त्याने आपले प्रयत्न सुरूच ठेवले.

मानसिंगाच्या वतीने तहाचा प्रस्ताव

पहिल्या प्रस्तावाच्या वेळी अपयश आल्यावर महाराणा प्रतापाकडे एखाद्या राजपुतालाच तहाचा प्रस्ताव घेऊन पाठविणे योग्य असल्याचे अकबराला वाटले. त्यामागे अकबराची खूप मोठी कूटनीतियुक्त चाल होती. एक तर आपल्याच जातीच्या व्यक्तीच्या बोलण्याचा प्रतापवर योग्य प्रकारे परिणाम होण्याची शक्यता होती. शिवाय जातीच्या व्यक्तीबद्दल आपलेपणा वाटणेही नैसर्गिक होते. समजा या प्रयत्नात

अपयश आले तर सजातीय व्यक्तीचा अपमान झाला म्हणून राजपुताच्या मनात प्रतापविषयी शत्रुत्वाची भावना निर्माण होणेही नैसर्गिक होते. असे होणे अकबराच्या हिताचे होते. महाराणा प्रताप आपला प्रस्ताव कधीही स्वीकारणार नाही,याची तशी अकबराला खात्री होती. त्यामुळे या प्रस्तावाच्या माध्यमातून तो स्वतःला शांततेचा समर्थक आणि प्रतापला हटवादी, जिद्दी सिद्ध करण्याच्या मागे लागला होता.

योग्य प्रकारे विचार विनिमय केल्यानंतर अकबराने या कामासाठी मानसिंगाला पाठविण्याचा निर्णय घेतला. तो एक उच्च वंशीय राजपूत होता, तसेच मोगलांच्या सेवेत येण्यापूर्वी त्याचे मेवाडशी चांगले संबंध होते. तो प्रतापच्या जातीचा असण्याबरोबरच अकबराचा नातेवाईकही होता, कारण त्याची अत्या जोधाबाई हिचा अकबराशी विवाह झाला होता.

इ.स. १५७३ मध्ये शोलापूरच्या विजयानंतर मानसिंग डुंगरपूर आणि सलूंबर मार्गे उदयपूरकडे निघाला. त्यावेळी महाराणा प्रताप उदयपूरमध्ये होते. सलूंबरच्या सामंताला मानसिंगची इच्छा कळाली होती. त्याने तातडीने महाराणा प्रतापाकडे तसा संदेश पाठविला आणि त्याची भेट नाकारावी असा सल्ला दिला. मानसिंगाचे एकूण कार्य आणि त्याची मनिषा जाणल्यानंतर त्याची भेट नाकारून इतर राजपूत राजांना नाराज करण्याची प्रतापची इच्छा नव्हती. शेवटी जून १५७३ मध्ये मानसिंग उदयपूरला पोहचल्यानंतर त्याने त्याचा योग्य प्रकारे सन्मान केला. चांगल्या वातावरणात दोघांमधील चर्चेला सुरूवात झाली. त्यावेळी प्रतापचे सर्व मंत्री आणि युवराज अमरसिंगही उपस्थित होते.

या भेटीच्या वेळी मानसिंगाने प्रामुख्याने अकबराची धर्मनिरपेक्षता तसेच राजपूत राजकुमारींशी विवाहाची मुक्तकंठाने स्तुती केली. भारताचा सम्राट म्हणून अकबराचा स्वीकार करावा आणि त्याच्याशी मैत्री करावी, असा सल्लाही मानसिंगाने प्रतापला दिला. प्रतापने मात्र राजपुतांनी मोगलांची गुलामी स्वीकारून त्याच्या सभेत जाणे नाकारले.

विविध मते

महाराणा प्रताप आणि मानसिंग यांच्या या भेटीविषयी अनेक गोष्टी सांगितल्या जातात. राजस्थानमध्ये प्रचलित असलेल्या कथेनुसार महाराणा प्रतापने चर्चेनंतर

उदयसागर तळ्याच्या काठी मानसिंगाला मेजवानी दिली. या मेजवानीच्या वेळी महाराणा प्रतापने आपले पोट दुखत असल्याचे कारण सांगून आपल्याऐवजी युवराज अमरसिंगला पाठविले. आपल्या आणि मेवाडच्या सन्मानाआड येणाऱ्या अटी स्वीकराणे प्रतापला शक्य नव्हते. त्यामुळे या मेजवानीला न जाण्याचा त्यांनी निर्णय घेतला. या मेजवानीसाठी महाराणाला बोलविण्यात यावे म्हणून मानसिंगाने अमरसिंगावर दबाव आणला. महाराणा प्रतापच्या पोटात दुखत असल्याचे अमरसिंगाने सांगितल्यावरही मानसिंग आपल्या जिद्दीवर अडून बसला. शेवटी त्याच्यासोबत मेजवानीत सामील व्हायला प्रतापने स्पष्टपणे नकार दिला. कारण त्याने अकबराशी आपल्या बहिणींचा विवाह लाऊन दिल्यामुळे महाराणा प्रताप मानसिंगाला जाती बहिष्कृत समजत होते. त्यावर त्याला आव्हान देत मानसिंग म्हणाला, "या पोटदुखीववचे औषध मला चांगल्या प्रकारे माहीत आहे. आतपर्यंत आम्ही फक्त तुमच्या भल्याचा विचार केला, पण इथून पुढे सावध रहा."अशा प्रकारे अकबराने प्रतापसाठी सन्मानजनक असलेल्या अटी स्वीकारल्या नाहीत त्यामुळे चर्चेसाठी वाटाघाटी करण्याची पद्धतही बंद पडली.

मानसिंगाच्या वतीने स्पष्ट शब्दात युद्धाचे आव्हान दिल्यावर एक राजपूत म्हणाला, "युद्धात आपल्या आत्यालाही घेऊन ये." तसेच महाराणा प्रतापनेही त्याला सुनावले, "तुम्ही आपल्या सैन्यासोबत आले तर आम्ही आपले मालपुऱ्यात स्वागत करू आणि आत्याच्या बळावर आले तर संधी मिळेल तिथे तुमचा आदर सत्कार करू."

अपमानित होऊन मानसिंग परत गेला. मानसिंगाच्या सन्मानार्थ आयोजित मेजवानितील सर्व अन्न तळ्यात फेकले. तसेच तेथील जमिन खोदून तिच्यावर गंगाजलाचा शिडकावा करण्यात आला.

राजप्रशस्ती आणि वंशभास्कर या काव्यात ही घटना जवळपास अशाच प्रकारे पण थोडक्यात वर्णन केली आहे. राजप्रशस्तीमध्ये फक्त इतकाच उल्लेख करण्यात आला आहे, की जेवणाच्या वेळी महाराणा आणि मानसिंग यांच्यामध्ये कोणत्या तरी विषयावरून शत्रुत्त्व निर्माण झाले. रामकवीने जयसिंगावर लिहिलेल्या ऐतिहासिक काव्यात असे वर्णन आहे, की जेवणाच्या वेळी मानसिंग महाराणाला म्हणाला, 'तुम्ही जेवण करीत नाहीत, तर मग मी का करू? " महाराणा म्हणाला, "महाराज, तुम्ही जेवण करा. मला पोटाचा त्रास आहे, मी नंतर जेवण करतो." मानसिंग म्हणाला, "मी तुम्हाला त्यावर चूर्ण देतो." त्यानंतर जेवणाची ताटे समोरून काढण्यात

आली आणि सोबत्यांसह तो उठून उभा राहिला. रुमालाला हात पुसत तो म्हणाला, "आता गुळणा पुन्हा आल्यावरच करतो."

राना सौं. भोजन समय, गही मान यह बान ।
हम क्यों जेवैं आपहू, जेंवत हो किन आन ।।

कुंवर आप आरो गियो, राना भाख्यो हेरि ।।
मोहि गरानी कछू, अबै जेइहूं फेरी ।।

कही गरानी की कुंवर, भई गरानी जोहि ।।
अटक नही कर देऊंगो, तरण चूरण तोहि ।।

दियो ठेलि कांसो कंवर, उठे सहित निज साथ ।
चुलू आन भरि हां कह्यो, पौंछ रूमालन हाथ ।।

अनेक इतिहासकारांनी अशा प्रकारे महाराणाने अशा प्रकारे मानसिंगाचा अपमान केल्याची घटना सत्य मानली नाही. कर्नल टांडद्वारा राजपूताच्या इतिहासात या घटनेचा उल्लेख करणे अतिशय अयोग्य आहे कारण त्याला पुरावा फक्त समाजात प्रचलित असलेल्या दंतकथा इतकाच आहे. त्यामुळे ते खरे समजले जाऊ शकत नाही.

प्रतापच्या तात्कालिन धोरणांचे विश्लेषण केल्यावरही या घटनेच्या सत्यतेबाबत शंका निर्माण होते. ज्यामुळे पारंपरिक वैर उफाळून येईल, अशी कोणतीही संधी आपल्या विरोधकांना द्यायची नाही, याबाबत प्रताप नेहमी जागृत असत. कारण मेवाडमधील अंतर्गत व्यवस्था आणि संघटन या कामात ते व्यस्त होते. त्यावेळी मानसिंग राजकुमार होता, त्यामुळे त्याच्या सोबत जेवायला बसण्यात अपमान होण्यासारखे काहीही नव्हते. शिवाय युवराज अमरसिंग त्याच्यासोबत जेवण करण्यासाठी बसला होता. मानसिंगाच्या अपमानाची ही घटना असत्य असल्याचे सिद्ध करणारा सर्वात मोठा पुरावा म्हणजे या घटनेनंतर पुन्हा एकदा अकबराकडून तहाचा प्रस्ताव पाठविणे. अशा प्रकारे काही अपमान झाला असता, तर अकबराने त्यानंतर अवघ्या काही महिन्यांनीच भगवानदास यांना तहाचा प्रस्ताव घेऊन मेवाडला पाठवित

नव्हता. उलट त्याने मेवाडवर स्वारी केली असती. तात्कालिन कोणाही मुस्लिम इतिहासकाराने या घटनेचे वर्णन केले नाही.

अबुलफजल आणि मुतमिद खान यांनी लिहिले आहे, की महाराणा प्रतापने अकबराचे स्वामीत्व स्वीकारले होते, पण त्याच्या दरबारात उपस्थित राहणे अमान्य केले होते. हे वर्णनही सर्वस्वीपणे अविश्वसनिय वाटते. वीरविनोदमध्ये स्पष्टपणे लिहिले आहे, की प्रतापने स्वामीत्व स्वीकारले नाही. दुसऱ्या कोणाही तत्कालिन इतिहासकाराने स्वामीत्व स्वीकारल्याला दुजोरा दिला नाही. सर थॉमस रो आणि राल्पिच यांनी स्पष्टपणे लिहिले आहे, की मानसिंगासमोर प्रताप कोणत्याही प्रकारे शरण गेले नाहीत. त्यामुळे अबुलफजलने केलेले हे वर्णन सर्वथा अयोग्य आहे. जर महाराणाने असे केले असेल, तर अकबराने ते का स्वीकारले नाही. तहाच्या प्रस्तावांचा क्रम पुढेही का सुरू राहिला?

महाराणा आणि मानसिंग यांच्यात कोणत्याही प्रकारे समझोता होऊ शकला नाही. परिणामी मानसिंगाला अपयशी होऊन परत जावे लागले.

भगवानदासद्वारा तहाचा प्रस्ताव

कोरची किंवा मानसिंग दोघेही प्रतापला मोगल साम्राज्याच्या आधीन करू शकले नाहीतय दोन वेळा केलेले प्रयत्न अपयशी झाल्यानंतर अकबराने मानसिंगचे वडील भगवानदास यांना महाराणाकडे पाठविण्याचा निर्णय घेतला. इ. स. सप्टेंबर-ऑक्टोबर १५७३ मध्ये अहमदाबाद युद्धातील विजयानंतर भगवानदास यांना महाराणांना भेटण्याचा आदेश देण्यात आला. भगवानदास एक सैन्याची तुकडी घेऊन निघाला. महाराणाला आपल्या शक्तीचा आणि सामर्थ्याचा परिचय करून देण्यासाठी त्याने मार्गातील बडनगर, रावलिया या ठिकाणांवर ताबा मिळविला. या विजयानंतर तो इडरला पोहचला. तिथे तो नारायणदास यांचा पाहुणा म्हणून राहिला. तिथे त्याचा योग्या सन्मान करण्यात आला. यावेळी महाराणा प्रताप गोगुंदामध्ये होते. त्यामुळे भगवानदास ईडरहून गोगुंद्याला गेले.

दोघांमध्ये पुन्हा एकदा तहाची बोलणी सुरू झाली. राजपूत असल्यामुळे प्रतापने भगवानदास यांचा योग्य प्रकारे सन्मान केला. मोगलांचा प्रतिनिधी म्हणून त्यांचा सन्मान केला नाही. यावेळीही अकबराची गुलामी तसेच त्याच्या दरबारात उपस्थित

राहण्यासाठी सहमत झाले नाही. त्यामुळे शेवटी अकबराचा हा प्रयत्नही अपयशी झाला.

टोडरमलाच्या वतीने तहाचा प्रस्ताव

समझोता करण्याचे तीन प्रस्ताव अपयशी झाल्यावरही अकबर प्रयत्न करीतच राहिला. त्याने चौथा तहाचा प्रस्ताव डिसेबंर १५७३ मध्ये टोडरमल यांच्या द्वारे पाठविला. राजा टोडरमल एक योग्य सेनापती आणि कुशल राजनीतितज्ज्ञ होता. तो एक उच्च कुलाचा हिंदू होता. जे कार्य आतापर्यंत तीन लोक करू शकले नाहीत, ते काम टोडरमल करू शकेल, याची अकबराला खात्री होती. गुजरातहून परत येताना टोडरमलाचाही योग्य प्रकारे आदर सत्कार करण्यात आला. महाराणा प्रतापने अकबराची सत्ता स्वीकार करावी आणि भावी युद्धापासून आपला बचाव करावा, यासाठी बोलणी सुरू असताना टोडरमल यांनी पुरेपूर प्रयत्न केले. पण त्यालाही यश आले नाही.

अबुलफजलने लिहिले आहे, की राणा प्रतापने टोडरमल यांच्या समोर चापलुसी आणि अधिनता सारखे भाव प्रदर्शित केले. अबुलफजल यांचे हे कथनही पूर्वग्रहदूषित वाटते. असे झाले असते, तर पुढे युद्धाची स्थितीच निर्माण झाली नसती.

महाराणा प्रताप अतिशय स्वातंत्र्यप्रिय असण्याबरोबरच कुशल राजनीतिज्ज्ञ होता. त्यांनी अतिशय चातुर्याने मोगल सम्राटाचे तहाचे प्रस्ताव फेटाळून लावले. सुरूवातीला त्यात काही उणिवा दाखवून ते त्याला टाळीत आले असावेत. त्यामुळेच अकबर पुन्हा पुन्हा दूत पाठवित राहिला. त्यामुळे महाराणाला आपली सैन्य शक्ती वाढविण्यासाठी आणि आपल्या योजना आखण्यासाठी पुरेशा प्रमाणात वेळ मिळाला. मोगलांची गुलामी स्वीकारणे, हे आपल्या कुळाच्या पंरपरेविरोधात असल्याचे सुरूवातीपासूनच त्यांचे मत होते. मेवाडच्या स्वातंत्र्यासाठी कितीही मोठा त्याग करण्याची त्यांची तयारी होती. त्यामुळेच ते अकबराच्या दुतांचा शांततापूर्ण मार्गाने आणि धीराने सामना करीत राहिले. आपले कोणतेही अनुचित वागणे मेवाडसाठी घातक होऊ नये, याच ते काळजी घेत होते.

अकबराचे सर्व शांती प्रस्ताव अपयशी झाल्यानंतर युद्ध होणे जवळपास नक्कीच झाले होते. कारण सर्व राजपूताना आपल्या ताब्यात आल्यानंतरही मेवाड एकटेच

स्वतंत्र राज्य रहावे, हे अकबराला कधीही मान्य होण्यासारखे नव्हते. हे सर्व डाव पेच शेवटी लढाईच्या मार्गावरच जाणार होते. अर्थात अकबर आणि महाराणा प्रताप यांच्या मनात सुरूवातीपासूनच एक गोष्ट नक्की होती, की एखादे प्राणघातक युद्ध झाल्याशिवाय परस्परांचा सामना होणार नाही. ज्याचे ते प्रतिक होते, ते स्वातंत्र्य आणि पारतंत्र्य यांच्यात समझोता होणे शक्य नव्हते. पण हे दोघांचा समजूतदारपणा, धीर आणि चातुर्य याचा पुरावा आहे, की तलवार उपसण्यापूर्वी त्यांनी इतर सर्व प्रयत्नांचा पुरेपूर वापर केला. अकबराला स्वतःला चितौडमध्ये जे भोगावे लागले, तो ते विसरू शकला नव्हता. तसेच इतक्या मोठ्या पहडाशी टक्कर घेण्याचा परिणाम प्रतापालाही माहीत होता. युद्ध टाळणे शक्य असेल, तर त्यासाठी प्रयत्न करायला का हरकत आहे, असा विचार करून दोघेही आपसांत बोलणी करू लागले. याचा अंतिम पर्याय इतकाच झाला की शेवटी मेवाडची नाकेबंदी करण्यात आली. त्यामुळे शेवटी प्रतापही मोगलांच्या आक्रमणाचा सामना करण्यासाठी पूर्णपणे सज्ज झाले होते.

प्रकरण चौथे
हळदीघाटचे युद्ध

इ.स. १५७२ च्या उत्तरार्धात सुरू झालेले तहाचे प्रस्ताव १५७३ पर्यंत सुरू होते. अकबराच्या कुटनीतिची पहिली पायरी इथे संपली होती. या प्रस्तावामध्ये अपयश आल्यानंतर आता अकबराकडेही फक्त युद्ध करण्याचाच पर्याय शिल्लक राहिला होता. तरीही अचानकपणे त्यांने मेवाडवर स्वारी केली नाही. १५७४ पासून १५७६ पर्यंत तो वाट पाहत राहिला, की कदाचित प्रताप तहासाठी राजी होईल. या वाट पाहण्यातही शेवटी त्याला अपयश आल्यामुळे शेवटी तो मेवाडवर आक्रमण करण्याची तयारी करू लागला. वास्तविक पाहता अशा प्रकारे वाट पहावी लागणे, ही अकबराची विवशता होती. कारण १५७४ मध्ये तो बंगाल मोहिमेत व्यस्त होता. १५७५ मध्ये चंद्रसेन प्रकरणात. इ. स. १५७६ च्या सुरूवातीला या व्यस्ततेमधून मुक्त झाल्यावर त्याने मेवाडवर आक्रमण करण्याची योजना आखली.

अकबराची मेवाड मोहीम

मेवाडवर आक्रमण करण्याची योजना प्रत्यक्षात आणण्यासाठी मार्च १५७६ मध्ये अकबर स्वतः अजमेरला आला. अजमेरला जाण्यामागे त्याच इतकाच उद्देश होता, की मेवाडवरील आक्रमणाचे जवळून निरीक्षण करता येईल. जवळपास पंधरा

दिवस विचार विनिमय केल्यानंतर त्याने मेवाडवर आक्रमण करणाऱ्या सैन्याचा सेनापती मानसिंगला करण्याचा निर्णय घेतला. आतापर्यंतच्या मोगल इतिहासात ही पहिलीच वेळी होती, की त्याने एखादा हिंदू सेनापती पाठविला होता. अकबराचे अनेक मुस्लिम सेनापती मानसिंगाला सेनापती बनविण्याच्या विरोधात होते. शेवटी या युद्धात महाराणा प्रताप हाती लागला नाही, तेव्हा काही मुसलमानांनी त्यासाठी मानसिंगाला जबाबदार धरले. प्रसिद्ध इतिहासकार बदायुनीही या युद्धात सोबत गेला होता. नबी खान नावाच्या सेनापतीनेही या युद्धात सहभागी व्हावे, अशी त्याची इच्छा होती. त्याने नबी खानलाही सोबत येण्याविषयी विचारले; पण मानसिंग प्रमुख सेनापती असल्यामुळे त्याने सोबत येण्यासाठी नकार दिला. तो म्हणाला, "या सैन्याचा सेनापती एक हिंदु नसता, तर या युद्धावर निघणारा पहिला सैनिक मीच असतो."

असा विरोध झाला तरीही अकबराच्या निर्णयात काही फरक पडला नाही. त्यामुळे मेवाडवर विजय मिळविण्यासाठी मानसिंग निघाला.

कर्नल जेम्स टॉड यांनी काय माहीत कशाच्या आधारे लिहिले आहे, की महाराणा प्रतापाच्या विरोधात मोगल सैन्याचे नेतृत्त्व अकबराचा पुत्र शहजादा सलीम याने केले होते. तत्कालिन कोणाही इतिहासकाराने या युद्धात सलीम सेनापती असल्याचे लिहून ठेवले नाही. अबूलफजल आणि बदायुनी यांनीही असा अुल्लेख केला नाही. बदायुनी तर या युद्धाच्या वेळी स्वतः उपस्थित होता. उदयपूर मधील जगदिश मंदिरावरील शिलालेखावरून याच गोष्टीचा पुरावा मिळतो, की महाराणा प्रतापच्या विरोधात मोगल सैन्याचा सेनापती मानसिंग होता. यापेक्षा मोठी गोष्ट अशी होती, की शहजादा सलीम याचा जन्म ३० ऑगस्ट १५६९ ला झाला होता. म्हणजे या युद्धाच्या वेळी त्याचे वय अवघे सात वर्षांचे होते. म्हणून सात वर्षाच्या मुलाला सेनापती करणे हास्यास्पदच ठरले असते. अबुलफजलने लिहिले आहे,

"राजा मानसिंग, जो अकबराच्या दरबारात आपली बुद्धिमत्ता, स्वामिभक्ती आणि धाडसामध्ये आघाडीवर होता. त्याला इतर अनेक पदांशिवाय फर्जंदचे उच्च पद प्रदान केले होते, महाराणा प्रतापच्या विरूद्ध लढण्यासाठी निवडले होते." इतर इतिहासकारांनीही असेच वर्णन केले आहे.

मानसिंगाला सेनापती करण्यामागचे औचित्य

मानसिंगाला सेनापती करण्यामागे अनेक कारणे होती. तो एक वीर, बुद्धिमान, स्वामीभक्त आणि योग्य सेनापती होता. मोगल सम्राटाकडील योग्य सेनापतीपैकी तो एक होता. अकबराचा त्याच्यावर विशेष स्नेह होता. याच स्नेह आणि विश्वासामुळे अकबराने त्याला फर्जंद (पुत्र) ही पदवी दिली होती. महाराणा कुंभाने आमेरचे राजे मेवाडच्या दरबारात सेवेला होते. भगवानदास स्वतः उदयसिंगाच्या दरबारात राहिला होता. नंतर मात्र त्याने अकबराची सेवा करणे स्वीकारले. त्यामुळे महाराणा प्रताप त्याला आपला एक बंडखोर जहागिरदार यापेक्षा जास्त महत्त्व देत नव्हते. आपल्या बंडखोर जागिरदाराला रणभूमीवर पाहून महाराणा प्रताप आपला विवेक गमावतील आणि त्याला मारण्यासाठी पुढे येतील असे समजले जात होते. अशा प्रकारे मग सहजगत्या त्यांना रणांगणावर मारणे शक्य होईल.

दुसरे एक कारण असेही होते, की मानसिंग आणि त्याचे वडील भगवानदास महाराणा प्रतापाकडे तहाचा प्रस्ताव घेऊन गेले होते. हे प्रस्ताव प्रतापाने अमान्य केले होते. त्यामुळे मानसिंगाच्या मनात प्रतापच्या विरूद्ध जबरदस्त विरोधाची भावना होती. त्यामुळे महाराणाचे दमन करण्यासाठी तो सर्व सामर्थ्यानिशी उतरेल, याची खात्री होती. मानसिंग राजपूत होता. तो सेनापती आहे, हे पाहूनच मोगल सैन्यातील राजपूत सैनिक महाराणाविरूद्ध लढले असते. मेवाड राजघराण्याबद्दल राजपूताच्या मनात अपार श्रद्धा होती. बहुतेक राजपूत राजे मेवाडच्या आधीन राहिले होते. परिणामी आजही मोगलाच्या बाजूने महाराणा प्रतापच्या विरूद्ध लढण्यासाठी अनेक सैनिक संकोच करीत होते. मानसिंगाला या युद्धाचा सेनापती करून अकबराला राजपुताच्या मनातील हा संकोच दूर करायचा होता.

अकबर एकूण परिस्थिती खूप चांगल्या प्रकारे ओळखून होता. त्यामुळे या परिस्थितीवर नियंत्रण मिळविण्यासाठी त्याने मानसिंगाला सेनापती केले. त्याचबरोबर त्याने खूप हुशारीने काम केले. एक राजपूत दुसऱ्या राजपुताशी कितीही लढत असला तरी दुसऱ्या धर्माच्या मोगल साम्राज्याशी लढताना त्याच्या मनात महाराणा प्रतापाबद्दल सहानुभूती निर्माण झाली असती. ही गोष्ट लक्षात घेऊन अकबराने मानसिंगासोबत इतर सेनापती म्हणून आसफ खान, मीर बक्शी, सैयद हमीम

बरहा, सैय्यद अशमद खान, मिहत्तर खान, ख्वाजा मुहम्मद रफी, महाबले खान, मुजाहिद खान या मुसलमानांना पाठविले.

मानसिंगाचे मेवाडला प्रस्थान

३ एप्रिल १५७६ मध्ये मानसिंग मेवाड मोहिमेसाठी निघाला. काही दिवसातच तो मांडलगढला पोहचला. तिथे तो दोन महिने राहिला. कारण उरलेल्या सैन्याला इथे येऊन त्यांच्यासोबत पुढे जायचे होते. त्याच बरोबर महाराणाने रिकाम्या केलेल्या वस्त्यांमध्ये सैनिकी चौक्याही उभारायच्या होत्या. याच्यामागे आणखीही एक कारण होते. इतका दीर्घकाळ मांडलगढमध्ये राहिल्यानंतर मेवाडचे सैन्य चिडेल आणि मोगल सैन्यावर आक्रमण करीन, असे मानसिंगाला वाटत होते. असे झाले असते, तर अचानक सहजपणे यश मिळाले असते. काही इतिहासकारांनी याचे कारण सांगताना असे लिहिले आहे, की मानसिंग महाराणाला तह करण्यासाठी आणखी एक संधी देऊ इच्छित होता. पण एकूण परिस्थिती पाहता ही शक्यता योग्य वाटत नाही.

दोन महिने मांडलगढला राहून आपल्या सैन्यात वाढ केल्यानंतर मानसिंग खमणोर गावी पोहचला. त्यानंतर गोलेला गावात त्याने आपल्या विशाल सैन्याची छावणी उभारली. हे गाव बनास नदीच्या दुसऱ्या तीरावर होते. इथून फक्त दहा मैलाच्या अंतरावर महाराणा प्रतापच्या सैन्याची छावणी होती. येथे सैन्याची छावणी टाकल्यानंतर मानसिंगाने सेनेचे शिबीर लावले आणि खाद्य साहित्य व्यवस्थित केले. सर्व व्यवस्था झाल्यानंतर तो युद्धाची आखणी करू लागला.

महाराणाची तयारी

अकबरासारख्या शक्तिमान सैन्याचा सामना करणे हे काही सोपे काम नव्हते. प्रताप मात्र याचा सामना करण्यासाठी सज्ज होते. त्यांना मानसिंगाच्या सर्व हालचालींची खडा न खडा माहिती होत होती. ते युद्धाची वाट पाहत होते. ते गोगुंद्याला पोहचले. त्यांनी आपल्या ताब्यात असलेल्या मेवाडच्या मैदानी भागाला उजाड करून वैराण केले. म्हणजे मग शत्रूला अन्न-पाणी किवा दुसरा काहीही पदार्थ किंवा आश्रय मिळू शकणार नव्हता. ज्या ठिकाणी भावी युद्ध होणार होते, तिथे

त्यांनी गनिमी युद्धाची अतिशय सुंदर व्यवस्था केली होती. घाटीतील अरूंद आणि चिंचोळया जागी मेवाडचे सैन्य नियुक्त करण्यात आले होते. या सैनिकांची स्थिती इतकी सुरक्षित होती, की तिथे पोहचण्यासाठी शत्रू सैनिकांना एका मागे एक करून जावे लागणार होते, तसेच किमान दीड मैलाचा रस्ता पायी कापावा लागणार होता. हा मार्ग इतका चिंचोळा होता, की त्यावरून एका वेळी दोन सैनिक जाऊच शकत नव्हते. एका घोड्याला या मार्गावरून अतिशय अवघडपणे नेता येऊ शकत होते. हा मार्ग तर काही ठिकाणी इतका चिंचोळा होता, की एका माणसालाही त्यावरून अतिशय सावधगिरीने जावे लागत होते. सर्व घाटी पहाडांनी इतकी वेढलेली होती, की शत्रूचे एक वेळ त्यातून फिरणे म्हणजे आपल्या प्राणाची बाजी लावणे होते. इथे राहून थोडेसे सैनिकही विशाल सैन्याचा सामना करू शकत होते. मेवाडच्या सैनिकांना इथले दुर्गम मार्ग अतिशय चांगल्या प्रकारे माहीत होते. त्यामुळे कोणतेही संकट आल्यावर ते सहजपणे सुरक्षित ठिकाणी पोहचू शकत होते.

या ठिकाणी पोहचणे मोगल सैन्यासाठी अतिशय अवघड होते. मैदानी भागत तर ते शौर्याने लढू शकत होते, पण या घाटीत लढणे त्यांच्यासाठी अशक्य होते. स्थानिक सैनिक अन्न न मिळाल्यावर जंगलातील फळे आणि मुळे खाऊन आपली गुजराण करू शकत होते. मोगल सैन्यासाठी मात्र असे करणे शक्य नव्हते. नैसर्गिकरित्या युद्धासाठी अतिशय उपयुक्त असलेले हे ठिकाण नाथद्वारापासून अकरा मैल दूर दक्षिण- पश्चिमेला असून गोगुंदा आणि खमणोर याच्या मध्ये या दुर्गम दऱ्या आहेत. यापैकीच एक अतिशय चिंचोळा मार्ग असलेली घाटी हळदी घाटी या नावाने ओळखली जाते. इथे हळदीच्या रंगासारखी पिवळी माती आढळून येते. त्यामुळे या घाटीला हळदी घाटी म्हणतात.

सुरूवातीला मांडलगढला जाऊनच मानसिंगाचा सामना करण्याचा महाराणा प्रतापचा विचार होता; पण मानसिंगाची सशक्त स्थिती पाहून मेवाडच्या सामंतांनी त्यांना असे न करण्याचा सल्ला दिला. त्यांनीच युद्धासाठी हळदी घाटीची निवड केली. हा सल्ला प्रतापने स्वीकारला.

प्रतापच्या सैन्यामध्ये त्यावेळी ग्वालियरचा रामसिंग तवर (आपल्या सर्व पुत्रांसह), कृष्णदास चुडावत, रामदास राठौड झाला,मानसिंग रावत, पुरोहित गोपीनाथ, शंकरदास, चारण जैसा, पुरोहित जगन्नाथ, केशव, हकीम खान सूर इ. मुख्य सेनापती होते.

दोन्ही बाजूने किती सैन्य होते, याबाबत विविध पुस्तकात वेगळे वेगळे वर्णन आढळून येते. मेवाडच्या कीर्तिनुसार मानसिंगाच्या सैन्यात ८० हजार तर प्रतापच्या सैन्यात २० हजार स्वार होते. नैनसीनुसार मानसिंगकडे ४० हजार, तर महाराणा प्रतापकडे नऊ- दहा हजार सैनिक होते. टॉडने लिहिले आहे, की महाराणा प्रताप बावीस हजार सैनिक घेऊन रणांगणात गेला होता, त्यापैकी फक्त ८ हजार सैनिक जिवंत परत आले. उर्वरित १४ हजार सैनिकांना वीर मरण आले. काही दुसऱ्या लेखकांच्या मते प्रतापच्या सैन्यात तीन हजार घोडेस्वार, दोन हजार पायदळ, शंभर हत्ती आणि शंभर भाले, नगारची, तुरई इ. वाद्य वाजवणारे होते.

अनेक आधुनिक इतिहासकारांचे मत असे आहे, की ही संख्या खूप वाढवून सांगितली आहे. समकालिन मुस्लिम इतिहासकारांच्या मते मानसिंगाकडे फक्त पाच हजार सैनिक होते, तर महाराणाच्या सैनिकांची संख्या तीन हजार होती. डॉ. शर्मा आपल्या नवीन संशोधनानुसार महाराणाकडे फक्त ३ हजार घोडदळ, २ हजार पायदळ, शंभर हत्ती आणि काही अनेक सैनिक होते. बहुतेक विद्वांनांचे असे मत आहे, की महाराणाची सैनिक संख्या फक्त तीन हजार होती. याशिवाय भिल्लांचेही काही सैन्य होते.

युद्धाला सुरूवात करण्यापूर्वी एक दिवस आधी गुप्तचराकडून महाराणाला सूचना मिळाली, की मानसिंग आपल्या काही निवडक सैनिकांना सोबत घेऊन शिकारीसाठी निघाला आहे. ही बातमी कळल्यावर ही संधी हातची जाऊ देऊ नये, मानसिंगाला संपवायला हवे, असा सल्ला काही सामंतांनी दिला. पण महाराणा प्रतापने राजुपतांच्या पंरपरांचा हवाला देत धोक्याने शत्रूला मारण्यासाठी नकार दिला.

शत्रूबद्दल अशा प्रकारचा आदर्शवाद बाळगणे ही काही नवीन भावना नव्हती. याच भावनेमुळे भारतीय इतिहासातील अनेक वीरांना अनेक वेळा पराभव चाखावा लागला, तर काहींना आपले प्राणही गमवावे लागले. भारतीय संस्कृतीमध्ये प्राचीन काळापासून युद्धामध्ये कोणत्याही प्रकारचा आदर्श बाळगणे अनुचित समजले आहे. वेदातही डोंगरात लपून झोपलेल्या शंबराला इंद्राने ठार मारल्याचे वर्णन आढळते. भगवान कृष्णानेही युद्धामध्ये कोणत्याही आदर्शाला स्थान दिले नाही.

दुसऱ्या काही पुस्तकांत लिहिले आहे, की मानसिंगाची हत्त्या करण्याचा हा

सल्ला बिदा झालाने दिला होता. नैनसीने लिहिले आहे, की महाराणा प्रताप खामणौरला आल्याचे मानसिंगाला माहीत नव्हते. अशा स्थितीत महाराणा प्रतापने ठरविले असते, तर रात्रीच्या वेळी अचानक हल्ला करून राजा मानसिंगाची हत्या करून पळून जाऊ शकले असते.

या प्रस्तावाला विरोध प्रतापने केला असो, की झालाने केला असो, पण असे कवणे एक खूप मोठी चूक झाले असते. जर मानसिंगाची अशा प्रकारे हत्त्या केली असती, तर कदाचित मेवाडचा इतिहास काही वेगळा झाला असता. छत्रपती शिवाजी महाराजांच्या थोर यशामागे हेही एक कारण होते, की त्यांनी कधीही युद्धामध्ये अशा प्रकारच्या आत्मघातकी आदर्शाला काहीही स्थान दिले नाही.

मोगल सैन्याशी सामना

युद्धाला प्रत्यक्ष सुरूवात करण्यासाठी मोगल सेनापती मानसिंगाने खामणौर जवळील मोलेला गावात आपली छावणी उभारली. महाराणाच्या दुतांनी ही बातमी महाराणाकडे पोहचवली. प्रताप आपले सैन्य घेऊन हळदीघाटीच्या दुसऱ्या बाजूला पोहचला. हे युद्ध १५७६ च्या तिसऱ्या आठवड्याच्या (काही पुस्तकानुसार १८ जूनला तर काही पुस्तकानुसार २१ जूनला) अखेरीस सकाळी जवळपास ८ वाजता सुरू झाले. रणांगणात प्रतापने आपले सैन्याला मेवाडच्या पंरपरागत पद्धतीने तयार केले होते. या शैलीमध्ये रणांगणावर सैन्याला हरावल, चंद्रावल दक्षिण पार्श्वला समायोजित केले जाते. सैन्याच्या सर्वात पुढच्या भागाला हरावल म्हटले जाते. चंद्रावल सर्वात मागच्या भागाला, तर डावी पिछाडी हरवलपासून डावीकडे थोडे मागे असलेल्यांना तर दक्षिण पार्श्व याच्या बरोबरीने उजव्या बाजूला असलेल्या सैन्याला म्हटले जाते. या सर्वांच्या मध्ये राजाचे स्थान असते.

हरावल भागाचा नेता हाकीम खान सूर होता. त्याचे सहकारी म्हणून मेवाडचे निवडक सामंत होते. त्यामध्ये सलूम्बरचा चुडावत कृष्णदास, सरदारगढचा भीमसिंग, देवगढचा रावत सांगा, जयमालचा पुत्र रामदास इ. प्रमुख होते. दक्षिण पीछाडीवर ग्वालियरचा राजा रामशाह, त्याचे तीन पुत्र आणि इतर वीर यौद्धे होते. डाव्या पीछाडीवर नेता झाला मानसिंग होता. त्याच्या सोबत झाला बीद, मानसिंग, सोनगरा इत्यादी सहकारी होते. चंद्रावलमध्ये पानरवाच्या पुंजाचे नेतृत्त्व होते. त्याच्यासोबत

इतर सहकाऱ्यांच्या स्वरूपात पुरोहित जगन्नाथ, गोपिनाथ, महता रत्नचंद्र, महासनी जगन्नाथ. चारण केशव आणि जेसा होते. या सर्वांच्या केंद्रस्थानी महाराणा प्रताप आपले मंत्री भामाशाह आणि त्याचा भाऊ ताराचंद याच्यासोबत होते.

भिल्लांची पायदळ सेना आपले पारंपरिक तीर, कमान इ. शस्त्रांसह पूजाच्या नेतृत्त्वाखाली जवळपासच्या डोंगरामध्ये तैनात करण्यात आली होती. सर्व सैन्य आपापल्या नेत्याच्या आदेशाची वाट पाहत होती. सर्व वीरांच्या मनात मातृभूमीचे रक्षण करण्यासाठी प्राणांचे बलिदान करण्याची भावना आणि महाराणा प्रतापाबद्दल अपार श्रद्धा होती.

मानसिंग आपल्या सैन्यासह हळदीघाटीच्या बरोबर खाली काही रुंद परंतू ओबड धोबड ठिकाणी पोहचला. आज काल हे ठिकाण बादशहा बाग या नावाने ओळखले जाते. याच्या एका बाजूला खामणौर तर दुसऱ्या बाजूला भागल प्रदेश आहे. मानसिंगाची व्यूह रचना अशा प्रकारची होती. सर्वात पुढे हरवल भागात सैयद हासिमचे नेतृत्त्व होते. त्याच्यासोबत मोहम्मद बक्षी, रफी , राजा जगन्नाथ, आणि असिफ खान होते. दक्षिण पीछाडीवर सैयद अहमद खानचे नेतृत्त्व होते. डाव्या पीछाडीवर गाजी खान, बक्शी आणि राजा लूणकरण होते. चंद्रावलमध्ये सर्वात मागे मिहतर खान आणि माधोसिंग होते. मुख्य सेनापती मानसिंग हातीवर बसून केंद्रस्थानी होता. त्याच्यासोबत इतिहासकार बदायुनीही या युद्धातील घटना लिहिण्याठी सोबत आला होता. त्याला अंगरक्षकांच्या एका विशिष्ट दलासोबत ठेवण्यात आले होते.

हळदी घाटीतील महाराणाच्या सैन्याची व्यूहरचना

मोगल सैन्य

महाराणाचे सैन्य

हरावल

हकीम खान सून
चुडावत कृष्णदास
भीमसिंग
रावत सांगा
रामदास

डावी पीछाडी

झाला मानसिंग
झाला बिदा
मानसिंग सोनगरा

महाराणा प्रताप
भामाशाह
ताराचंद

दक्षिण पीछाडी

रामशाह आणि त्याचे
तीन पुत्र
शलिवाहन
भगवान सिंग
आणि प्रताप सिंग

चंद्रावल

पूंजा
पुरोहित गोपिनाथ
जगन्नाथ
महता रत्नचंद
महासानी जगन्नाथ
चारण केशव
जेसा

युद्धासाठी दोन्ही सैन्य एक दुसऱ्यापासून फार थोड्या अंतरावर उभी टाकली होती. महाराणा प्रताप यांचा अभिषेक झाल्यानंतर मोगल बादशहा सम्राट अकबराशी त्यांचे हे पहिले युद्ध होते.

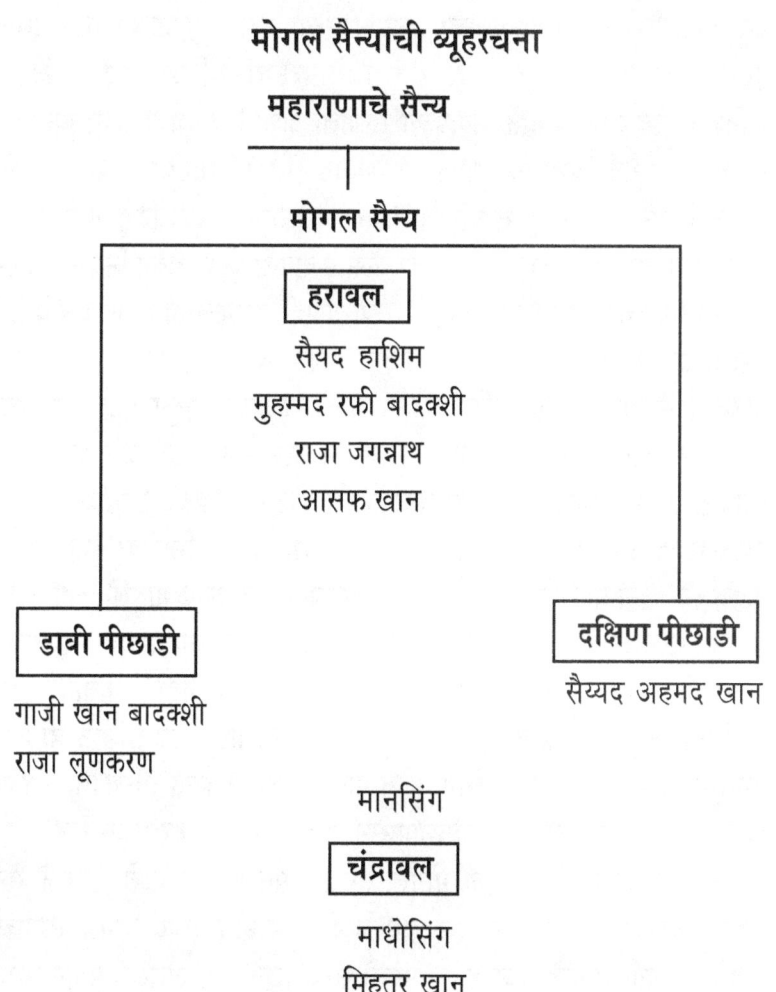

मोगल सैन्याची व्यूहरचना
महाराणाचे सैन्य

मोगल सैन्य

हरावल
सैयद हाशिम
मुहम्मद रफी बादक्शी
राजा जगन्नाथ
आसफ खान

डावी पीछाडी
गाजी खान बादक्शी
राजा लूणकरण

दक्षिण पीछाडी
सैय्यद अहमद खान

मानसिंग
चंद्रावल
माधोसिंग
मिहतर खान

क़ाही वेळापर्यंत दोन्ही सैन्य आक्रमणासाठी एक दुसऱ्याची वाट पाहत होते. २१ जून रोजी सकाळी मेवाडचा हत्ती राजकीय ध्वज फडकवत दरीतून बाहेर आला. सैन्यात सर्वात आघाडीवर सेनापती सूर दिसताच राजपुतांच्या वतीने रणभेरी, तुरही यासारखी वाद्ये वाजवायला सुरूवात झाली. सेनापती हकीम खान सूर याच्या नेतृत्त्वाखाली महाराणाची हरवल तुकडी शत्रूच्या हरवल तुकडीवव सिंहासारखी तुटून पडली. दोन्ही बाजूचे हरवल सैन्य जिथे परस्परांशी भिडले होते, ते ठिकाण अतिशय ओबड धोबड होते. मेवाडच्या सैन्याला अशा ठिकाणाची सवय होती, तर मोगल सैन्यासाठी अशा ठिकाणी लढणे अवघड होते. परिणामी पहिल्याच हल्ल्यात मोगलांचे पाय मागे सरकू लागले आणि त्यांचा पराभव नक्की दिसू लागला.

पहिल्या यशामुळे मेवाडच्या सैन्याचा उत्साह वाढला. ते घाटीतून निघून बादशहा बागेपर्यंत पोहचले. हे ठिकाणा मोगल सैन्यासाठीही अनुकूल होते आणि यावेळी ते युद्धासाठी पूर्णपणे सज्ज होते. हे पाहून हकीम खान सूर आणि राणा कीका आपल्या सैन्यासह मोगल सैन्याच्या मध्यवर्ती तुकडीवर तुटून पडले. घमासान युद्धाला सुरूवात झाली. दोन्ही बाजूचे सैन्य पूर्ण उत्साहाने भिडले होते. रणांगणावर तलवारींचा खणखणाट, हत्तीचे चित्कार आणि घोड्यांचे खिदळणे तसेच धनुष्याचे टणत्कार होऊ लागले. मेवाड सैन्याचा मोगलाच्या डाव्या पीछाडीवर इतका दबाव पडला की त्यांना तिथे थांबणे अवघड झाले. त्यांच्यामध्ये खळबळ माजली. ग्वालियरचा पदच्यूत राजा रामशहा याचे शौर्य अतुलनीय होते. राजपूत सैन्याचा दबाव सातत्याने वाढत होता. मोगल सैन्याची हरवल तुकडी आणि डावी पीछाडी यांना आपल्या जागी थांबणे अवघड झाले. या दोन्ही तुकड्या रणांगणातून पळून जाऊ लागल्या. त्यामध्ये गाजी खान, आसफ खान तसेच मानसिंगाच्या राजपूत सैनिकांचा समावेश होता. अनेक मोगल सैनिक रणांगणापासून १०-१२ मैल दूर पळून गेले.

राजपूतांच्या या विजयामुळे मोगल सैन्याचे मनोबल ढासळले. मोगल सेना आता नक्कीच हारणार असे वाटू लागले होते. बरहाचे सैयद मोगल सैन्याच्या वतीने अजूनही शौर्याने लढत होते. आपले सैन्य पळून जात असलेले पाहून मोगल सैन्याच्या चंद्रावल तुकडीत असलेले मिहतर खान पुढे आला. त्याने युक्तीचा वापर करून अकबर तिथे येत असल्याची खोटी घोषणा करीत सैनिकांना सांगितले, “बादशहा सलामत स्वतः तिथे आले आहेत.” या घोषणेमुळे परिस्थिती बदलली.

पळून जाणारे मोगल सैन्य परत आले आणि त्यांनी नवीन उत्साहाने युद्धाला सुरूवात केली.

पुन्हा नव्या उत्साहाने युद्धाला सुरूवात झाली. युद्ध करीत करीत दोन्ही सैन्य खमणोर आणि भागलच्या मधील बनास नदीच्या काठावरील खून की तलाई या नावाच्या ठिकाणी पोहचले. इथेही मेवाडच्या सैन्याने अदभूत पराक्रम गाजविला. त्यांच्या वारांमुळे मोगल सैन्याचा परम विनाश होत चालला होता. वनवासी भिल्लांनीही आपल्या पांरपरिक शस्त्रांनी अभूतपूर्व पराक्रम गाजविला. त्यांच्या तुकड्या डोंगरातून बाहेर पडून मोगल सैन्यावर तुटून पडल्या. मोगल सैन्यानेही अतिशय शौर्याने मेवाड सैन्याच्या हल्ल्यापासून आपला बचाव केला. आतापर्यंत महाराणाच्या सैन्यातील दोन वीर ग्वालियरचे रामशहा आणि जयमालचा पुत्र रामदास यांनी वीर मरण प्राप्त झाले होते.

राजपुतांचा वाढता दबाव पाहून मानसिंगही रणांगणावर अवतरला. तो हत्तीवर बसून युद्ध करीत होता. राजपूत सैनिक त्याचा सामना करीत होते. तेव्हाच मोगल हत्ती दळाचा सेनापाती हुसेन खानही युद्ध करण्यासाठी पुढे आला. महाराणाचे हत्ती दळ त्याचा सामना करू लागले. त्यांच्या एका हत्तीवर शत्रूने हल्ला केला. परिणामी त्यावराच माहुत गंभीर जखमी झाला. तो हत्ती मोगलांनी आपल्या ताब्यात घेतला.

तात्कालीन युद्धात हत्तीच्या युद्धाला विशेष महत्त्व होते. हळदी घाटातील लढाईत हत्तींच्या युद्धाचे विशेष वर्णन करण्यात आले आहे. मानसिंग हत्तीवर स्वार झाला होता. हत्तीच्या लढाईत त्याने चांगले डाव पेच लढविले. राजपुतांचे लून हत्ती आणि मोगलांचे गजमुख हत्ती परस्परांना भिडले. लूना हत्तीनी गजमुखांना पराभूत केले. गजमुख हरत असलेला पाहून मोगल सैन्यातील कोणा तरी सैनिकाने लूनच्या माहुतावर हल्ला केला. परिणामी माहुत जखमी झाला. गजमुख माघारी परतला होता. लूनही आपल्या जखमी माहुताला घेऊन माघारी फिरला.

महाराणाच्या सैन्यात रामप्रसाद नावाचा एक कुशल आणि प्रशिक्षित हत्ती होता. सम्राट अकबरानेही या हत्तीचे कौतुक ऐकले होते. असे म्हणतात की त्याने अनेक वेळा महाराणाकडे या हत्तीची मागणी केली होती. लूना माघारी आल्यावर राजपुतांना रामप्रसादला रणांगणावर उतरविणे भाग पडले. या हत्तीवर रामशहाचा

पुत्र प्रतापसिंग तवर बसला होता. रणांगणावर उतरल्याबरोबर रामप्रसादने खळबळ माजवली. त्याने मोगल सैन्याला आपल्या पायाखाली तुडवायला सुरूवात केली. आपल्या सैन्याचा विनाश पाहून मोगल सैन्य भयभीत झाले. रामप्रसादचा सामना मोगल सैन्यातील हत्ती गजरज करीत होता. त्याचे संचलन कमलखान करीत होता. रामप्रसाद समोर गजराज फिका पडला. हे पाहून मोगल सैन्याने आपला आणखी एक हत्ती रणमंदरही रणांगणावर आणला. आता मोगलांचे दन हत्ती रामप्रसादचा सामना करू लागले. रामप्रसाद या दोघांशी झुंझत होता. मोगलाना हेच हवे होते. त्यांनी रामप्रसादच्या माहुतावर बाणांचा वर्षाव केला. त्यात माहूत मारला गेला. ही संधी साधून दोन्ही मोगल हत्ती रामप्रसादला भिडले आणि त्यांनी रामप्रसादला अडकवून टाकले. मोगलांची नजर किती तरी दिवसांपासून रामप्रसादवर होती. अशा प्रकारे त्यांनी रामप्रसादला आपल्या ताब्यात घेऊन आपल्या सैन्यात सामील केले.

रणांगणावर मानसिंगाशी थेट सामना व्हावा, अशी महाराणा प्रतापाची सुरूवातीपासूनची इच्छा होती, पण अशी संधी काही मिळत नव्हती. इकडे हत्तींच्या युद्धाच्या निमित्ताने मानसिंग आघाडीवर आल्याच पाहून महाराणाला अतिशय आनंद झाला. ते याचीच वाट पाहत होते. ते थेट मानसिंगाच्या समोर गेले. दोघेही एक दुसऱ्यावर हल्ला करू लागले. महाराणाने आपला घोडा चेतकला इशारा केला. चेतकने आपले समोरची दोन्ही पाय मानसिंगाच्या हत्तीच्या सोंडेवर ठेवले. महाराणाने भाल्याने वार केल, पण मानसिंग हत्तीच्या हौद्यात लपून बसला. प्रतापचा भाला त्याच्या कवचात घुसला. त्यामुळे मानसिंग मारला गेला, याची त्यांना खात्री पटली. मानसिंगाचा माहुत जखमी झाला आणि खाली पडला.

या घटनेचे अनेक इतिहासकारांनी वर्णन केले आहे. युद्धभूमीवर उपस्थित असूनही बदायुनीने मात्र ही घटना सोडून दिली आहे. तो एक कट्टरपंथी मुसलमान होता. त्याने महाराणावर झालेल्या बाणांच्या वर्षावाचे अतिरंजित वर्णन केले; पण या घटनेचा साधा उल्लेखही केला नाही. त्यामुळे त्याचे लेखन पक्षपाती समजले जाते. राजपूत स्त्रोत या घटनेचे अतिरंजित वर्णन करतात. अबुल फजलनेही महाराणा आणि मानसिंग यांच्यातील युद्धाचे वर्णन केले आहे. काहीही असले तरी इतके मात्र नक्की आहे, की महाराणा प्रतापने मानसिंगाशी थेट मुकबला केला होता.

ज्यामध्ये महाराणाचे पारडे जड होते.

मानसिंगाच्या हत्तीच्या सोंडेवर पाय ठेवताना चेतक घोड्याचा पाय कापला होता कारण त्याच्या सोंडेवर तलवार लटकत होती. अशा बिकट परिस्थितीत महाराणा प्रताप यांना शत्रूच्या सैन्याने घेराव घातला. परिस्थितीचे गांभीर्य ओळखून झाला मानसिंगने अपूर्व शौर्य गाजवून महाराणाच्या प्राणाचे रक्षण केले. त्याने प्रतापचे राजछत्र स्वतः घेतले आणि प्रतापला रणांगणाबाहेर जायला सांगितले. झालावर राजचिन्हा पाहून मोगल सेना त्यालाच महाराणा प्रताप समजू लागली. त्यांनी त्यालाच घेराव घातला. झालाही अतिशय शूरपणे शत्रूचा निःपात करीत होता. अशा प्रकारे घेराव घातलेला एकटा झाला कितीवेळा लढणार? लढता लढता त्याला वीरमरण आले. महाराणा प्रताप मात्र तिथून सुरक्षित निघून गेले.

जखमी झालेला असूनही चेतकाने महाराणाला रणांगणापासून सुमारे २ मैल ूर असलेल्या बालिया गावापर्यंत नेले. तिथे त्याने प्राण सोडला. आपल्या या लाडक्या घोड्याच्या स्मृतिप्रित्यर्थ महाराणाने तिथे त्याचे स्मारक बनविले. त्याच्या स्मारकावर एका पूजाऱ्याचीही नियुक्ती केली. त्यासाठी त्याला काही जमीन दान दिली. जीर्ण अवस्थेत हे स्मारक आजही तिथे आहे.

प्रताप शक्तिसिंग यांची भेट

महाराणा प्रताप यांचा लहान भाऊ आपल्या वडिलांच्या वेळेपासूनच अकबराच्या सेवेत गेला होता. या युद्धात तो मोगल सैन्याच्या वतीने लढत होता. इकडे महाराणा प्रताप रणांगणावरून आपला प्राण वाचवून बाहेर निघाले तेव्हा दोन मोगल सैनिकांनी त्यांना ओळखले होते. दोघेही प्रतापच्या मागावर निघाले. ते प्रतापचा पीछा करीत असल्याचे शक्तिसिंगाने पाहिले. आपल्या भावावर आलेले संकट पाहून तो शांत बसला नाही. तोही त्या दोन सैनिकाचा पीछा करीत निघाला. थोडे पुढे गेल्यावर त्याने त्या दोन्ही सैनिकांना मारून टाकले. त्यानतंर तो प्रतापला भेटला. महाराणावर पुन्हा दुसरे एखादे संकट येऊ नये म्हणून त्याने आपला घोडा त्यांना दिला. मोगल सैन्यात परत आल्यावर त्याने सेनापतीला सांगितले की प्रतापने त्या दौन सैनिकांची आणि आपल्या घोड्याची हत्त्या केली.

पळून जाणाऱ्या महाराणा प्रतापचा पिछा मोगल सैन्याने केला नाही, याचे

कारण सांगताना असे म्हणतात, की प्रतापला बंदी बनवून बदशहाच्या समोर हजर करावे, अशी मानसिंगाची इच्छा नव्हती. त्यामुळे त्यानेच प्रतापची मदत करण्यासाठी शक्तिसिंगाला पाठविले होते. विजयी झाल्यानंतर मोगल सेना पराजित सैनिकाचा पीछी करीत असे आणि लूट करीत असे. इथे असे काहीही घडले नाही. या सर्वामागे मानसिंगाचा हात असल्याचे बोलले जाते. या विषयी आपले मत व्यक्त करताना श्री राजेंद्र बीडाने लिहिले आहे,

"हळदीघाटात विजय मिळविल्यावर मोगल सैन्याने पळून जाणाऱ्या राणा प्रतापचा पिछा केला नाही. दोन साध्या सैनिकांनी त्याचा पिछा केला. ही गोष्ट मानसिंगाला आवडली नाही. त्याने प्रतापचा बचाव करण्यासाठी शक्तिसिंगाला पाठविले. याबाबतीत फक्त अंदाजच व्यक्त करावा लागतो. असे स्पष्ट शब्दात कुठेही लिहिलेले आढळत नाही."

युद्धाचा परिणाम

हळदीघाटाचे हे युद्ध सकाळी आठ वाजल्यापासून दुपारपर्यंतच चालले. सुरूवातीला मेवाडचे पारडे जड असल्याचा वर उल्लेख आला आहे. नंतर मात्र मोगलांनी आपली स्थिती सावरली. रणांगणावरून महाराणा निघून गेल्यावर त्यांच्या सैन्यात अस्वस्थता निर्माण झाली. झाला मानसिंग, राठोड शंकरदास, रावत नेतसी यांनी काही काळ अतिशय शौर्याने मोगल सैन्याचा सामना केला; पण मानसिंगाच्या अंगरक्षकाने केलेल्या हल्ल्यामुळे त्यांना माघार घ्यावी लागली. दुपारपर्यंत मेवाडच्या सैन्याच्या पायाखालची वाळू सरकली. मोगल सैन्याने आपला दबाव निर्माण केला. परिणामी अनेक राजपूत सैनिकांना वीर मरण आले. शेवटी मोगल सैन्याचा विजय झाला.

या युद्धात कोणाचा विजय झाला, याबद्दल राद असला तरीही मोगलाचाच विजय झाला असे मानणारे जास्तीत जास्त विद्वान आहेत. मुसलमान इतिहासकारांनी मोगलाचा विजय झाल्याचा उल्लेख केला आहे, तर काहींनी महाराणाच्या विजयाचे समर्थन केले आहे. बदायुनीने मोगल विजयी झाल्याचे लिहिले आहे. या विजयाची वार्ता घेऊन तो स्वतः अकबराकडे गेला होता. वाटेत तो ज्या कोणाला मोगल विजयी झाल्याचे सांगत होता, त्याचा त्यावर विश्वास बसत नव्हता. दोन्ही पक्षाच्या

वतीने आपापला विजय सांगण्याचा अर्थ असा होऊ शकतो, की या युद्धात मोगलांना जे हवे होते ते मिळाले नाही. प्रतापला पकडून आणावे अशा प्रकारचे अकबराचे कठोर आदेश होते. या युद्धात ना प्रताप पकडला गेला ना मेवाडवर कब्जा मिळाला. या दृष्टीने पाहता हे काही निर्णायक युद्ध नव्हते. त्यामुळे या युद्धात प्रतापचा पराभव झाला असे म्हणता येत नाही. त्यांच्या सामर्थ्यावर हा एक आघात होता, असे मात्र नक्कीच म्हणता येते.

या युद्धात मोगल सैन्यालाही खूप नुकसान सहन करावे लागले. कदाचित त्यांच्यात महाराणाचा पिछा करण्याचे सामर्थ्यही उरले नसावे. या युद्धात अपेक्षित यश न मिळाल्यामुळे अकबर संतप्त झाला. यासाठी त्याने मानसिंगाला जबाबदार धरले कारण या युद्धात तोच सेनापती होता. त्यामुळे अकबराने त्याच्या दरबारातील प्रवेशावर सहा महिन्यांची बंदी घातली. युद्धातील याच अनिर्णित परिस्थितीकडे लक्ष वेधीत डॉ. श्रीवास्तव लिहितात,

“हळदी घाटातील विजय जितक्या अवघडपणे मिळाला, तितकाच तो निरर्थक होता. मानसिंग आपल्या मोहीमेतील मुख्य ध्येय गाठण्यात अपयशी झाला. म्हणजेच या युद्धात राणा प्रताप मारला गेला नाही, पकडला गेला नाही तसेच मोगलांना मेवाडवरही ताबा मिळविता आला नाही. या युद्धामुळे राणाची शक्ती खंडीत झाली नाही. यामुळे त्यांना फक्त धक्का बसला. अनेक दृष्टिने विचार केला, तर हे युद्ध राणासाठी वरदानच ठरले. राणाला निराश करण्याऐवजी या युद्धामुळे राणाचा संकल्प आणखी ठाम झाला. जगातील सर्वात शक्तिमान आणि संपन्न अशा सम्राटाचा त्याच्या सैन्याने ज्या शूरपणे सामना केला, ते पाहून त्याचा आपल्या सामर्थ्यावरील विश्वास अधिकच वाढला. हा संग्राम पुढे सुरू ठेवण्याचा त्याचा निर्धार आणखी पक्का झाला. २१ जून १५७६ रोजी झालेले युद्ध त्याच्या आधी आणि त्याच्या नंतरचे प्रतापचे धोरण आणि कार्य यांचे विभाजन करणारी ठळक रेषा आहे. या युद्धातील अमूल्य अनुभवाच्या आधारे मोगलाच्या ताब्यात असलेला मेवाडचा भाग पुन्हा मिळविण्यासाठी व्यवहारिक धोरणे आखली गेली. या युद्धातील अनुभवावरून प्रतापने नक्की करून टाकले, की आपल्यापेक्षा जास्त सैन्य असलेल्या शत्रूवर मोकळ्या मैदानात आक्रमण करायचे नाही. ”

युद्धातील जायबंदीची संख्या

हळदी घाटीतील युद्ध फकत पाच-सहा तास चालले. यामध्ये मोगल आणि

मेवाड सैन्यातील अनेक सैनिक यौद्धे मारले गेले. मेवाड सैन्यातील वीरगती मिळविणाऱ्या सैनिकांमध्ये जयमलचा पुत्र राठोड रामदास, सामंत झाला, रामशहा आणि त्याचा पुत्र शालिवाहन हे प्रमुख होते. तंवर वंशातील जितके वीर या युद्धात मेवाडच्या बाजूने लढले त्यापैकी कोणीही जिंवत राहिले नाही. दोन्ही बाजूच्या किती सैनिकांना या युद्धात आपले प्राण गमवावे लागले याबाबत इतिहासाच्या पुस्तकात वेगवेगळी मते आहेत. 'तबकाते अकबरी' नुसार मोगल सैन्यातील ३८० हिंदू आणि १२० मुसलमान मारले गेले आणि ३०० पेक्षा अधिक मुसलमान सैनिक जखमी झाले. अबुलफजलनुसार १५० मोगल सैनिक आणि ५०० मेवाडचे सैनिक मारले गेले. इकबाल नावाच्या लेखकाने लिहिले आहे, की मोगलाच्या फक्त ५० तर महाराणाच्या ५०० सैनिकांनी आपले प्राण गमावले. इकबालने दिलेले हे वर्णन सत्य वाटत नाही कारण मोगलाचे अवघे ५० सैनिक मारले जाण्याची गोष्ट अस्वाभाविक वाटते. वीरविनोदसारख्या राजपूत स्त्रोतानुसार मेवाडचे २०००० तर मोगलांचे असंख्य सैनिक मारले गेले. हे वर्णन सुद्धा पक्षपाती आणि अतिशयोक्तीयुक्त वाटते.

शक्तिसिंगाशी भेट झाल्यानंतर महाराणा प्रताप संध्याकाळी कोल्यारी गावात पोहचले. युद्ध संपल्यानंतर जखमी झालेल्या राजपूत सैनिकांनाही तिथेच आणले गेले. जखमी सैनिकांवर सर्व प्रकारचे उपचार करण्याची तिथे व्यवस्था करण्यात आली.

महाराणाच्या पराभवाची कारणे

राजपूतांमध्ये वीरता, उत्साह यासारख्या सैनिकी गुणांची काही कमतरता नव्हती, तरीही मेवाडचा पराभव का झाला? याचे कारण जाणून घेण्यासाठी महाराणाची युद्धनीती, तत्कालीन परिस्थिती याचे विश्लेषण करणे आवश्यक ठरते. राज्याभिषेक झाल्यानंतर मोगल सम्राटाशी प्रतापचे हे पहिले युद्ध होते. आपले वडील उदयसिंग यांच्या काळात त्यांनी युद्धात सहभाग घेतला होता, तरीही त्यावेळी ते फक्त एक राजकुमार होते. त्याचबरोबर उदयसिंगाच्या काळात मोगलांनी मेवाडवर आक्रमण केले होते, त्यावेळी संपूर्ण राज परिवार वनात सुरक्षित ठिकाणी पाठविण्यात आला होता. त्यामुळे अशा प्रकारच्या युद्धाचा त्यांना पूर्वानुभव नव्हता. हळदी घाटी युद्धात ते पंरपरागत शैलीने लढले. हेच त्यांच्या पराभवाचे सर्वात मोठे कारण होते.

महाराणा प्रतापने आपले सर्व सैन्य एकाच ठिकाणी आणायला नको होते. ज्या दरीच्या तोंडावर राजपूतांची स्थिती भक्कम होती, तिथून पुढे जाणे त्यांच्यासाठी घातक ठरले. ते ठिकाण ओबड धोबड असल्यामुळे मोगल सैन्यासाठी त्रासदायक होते. त्यामुळे त्याच ठिकाणी शत्रूला गुंतवून ठेवणे मेवाडच्या हिताचे होते. महाराणाने आपले सैन्य घाटीतील विविध दऱ्या आणि डोंगरामध्ये विखरले असते. त्यानंतर शत्रू सैन्य पुढे आले असते आणि त्यांना घेरले जाऊ शकले असते. मग त्यांना सहजपणे संपवून टाकता आले असते. महाराणाचे सैनिक सुरूवातीपासून मोगल सैन्यावर तुटून पडले. त्यामुळे ते लवकरच थकले. मोगल सैनिक शिस्तीत लढले तर महाराणा प्रताप जीव वाचवून निघून गेल्यावर त्यांच्या सैन्यात गोंधळ माजला. या सर्व कारणांच्या बरोबरीने महाराणाच्या सैन्याच्या तुलनेत शत्रूचे सैन्य अधिक असणे हेही या पराभवाचे एक कारण होते. या सर्व कारणांवर प्रकाश टाकताना डॉ. गोपिनाथ शर्मा यांनी लिहिले आहे,

“पंरपरागत युद्धशैलीमुळे त्यांना पराभव स्वीकरावा लागला यात काहीच संशय नाही. पहिली गोष्ट म्हणजे त्यांच्या सर्व सैनिकांचे घाटीच्या चिंचोळया भागात एकत्र येऊन विविध ठिकाणी विखुरले जाणे योग्य नव्हते. यावेळी योग्य आणि उपयुक्त परिस्थिती अशी होती, की त्यांनी आपल्या सैन्याच्या तुकड्या घाटी, दऱ्या आणि डोंगरात अशा प्रकारे विखरून उभ्या केल्या असत्या की शत्रू घाटीतच कोंडीत सापडला असता. तिथून त्यांचे बाहेर पडणे म्हणजे त्यांचा विनाश किवा मृत्यू हेच घडले असते. दुसरी गोष्ट म्हणजे मोगलांची आघाडीची तुकडी मागे हटू लागल्या बरोबर राणाने आपल्या सर्व सैन्याला सुरूवातीपासूनच युद्धात उतरवले आणि थकवले. तिसरे कारण म्हणजे मोगलांशी दुसऱ्यांदा भिडल्यावर राजपूतांमध्ये शिस्तीचा अभाव होता, तर दुसरीकडे मोगलांचे सैन्य मात्र शिस्तीने लढत होते. शत्रू मोठ्या संख्येने असणे आणि त्यांनी राजपूतांशी ठामपणे लढणे हेच राणा आणि त्याच्या सोबत्यांना मागे हटविण्यासाठी कारण ठरले. अर्थाथ अशा आणिबाणीच्या प्रंसगी प्रतापने शांतपणे आणि विचारपूर्वक आपला जीव वाचवून तिथून निघून जाणे यामुळे त्यांच्या मारले जाण्याची शक्यता टळली. हे त्यांचे एक महत्त्वाचे पाऊल होते. इथून निघाल्यावर त्यांनी आपल्या देशाच्या रक्षणासाठी जोरदार कार्य केले. जे त्यांच्या नष्ट होण्यापेक्षा अतिशय महत्त्वाचे होते. ”

रणांगणावरून बाहेर पडून आपला बचाव करणे हे महाराणा प्रतापने केलेले नक्कीच कौतुकास्पद कार्य होते. या युद्धात लढताना त्यांना वीर मरण आले असते, तर मेवाडचा इतिहास त्या सन्मानाचा मानकरी ठरला नसता, जो त्यांच्या जिंवत राहिल्यामुळे मिळाला. या सन्मानाच्या तुलनेत हळदी घाटीतील पराभव ही एक तुच्छ घटना होती. शिवाय याला पराभव कशासाठी म्हणायचे? ते तर मेवाडच्या गौरवशाली इतिहासातील सोनेरी प्रकरणाचे एक बीज होते. एक दीर्घ संघर्षाची ती आधारशीला होती.

प्रकरण पाचवे
हल्ला-प्रतिहल्ला

मानसिंगाची गोगुंद्यावर सत्ता

प्रतापचे जिवंत बाहेर पडणे ही मेवाडसाठी खूप सुदैवाची बाब होती. कोल्यारी इथे जखमी सैनिकांवर उपचार करण्याची व्यवस्था करून प्रताप लगेच गोगुंदा मार्गे मझेराला पोहचले. तिथे त्यांनी भिल्लांना एकत्रित करून एक नवीन सैन्य तयार केले. महाराणा गोगुंद्याच्या जवळ असल्याची बातमी मानसिंगाला मिळाली. हा आपल्यासाठी भावी धोका असल्याचे त्याने ओळखले. त्यामुळे लगेच तो सैन्य सोबत घेऊन गोगुंद्याकडे निघाला. हळदी घाटातील युद्धानंतर तिसऱ्याच दिवशी २३ जून १५७६ रोजी त्याने गोगुंद्यावर आपली सत्ता स्थापन केली.

गोगुंद्यातील मोगल सैन्याची स्थिती

मोगल सैन्यासाठी गोगुंदा दुःखदच सिद्ध झाले. या डोंगरी भागात ना अन्नधान्याचे उत्पादन होते होते, की तिथे व्यापारी किंवा बंजारा लोक जात होते. मोगल सैन्यासाठी अन्नधान्याची बिकट समस्या निर्माण झाली. अनेक दिवस त्यांना मांस आणि आंब्यावरच अवलंबून रहावे लागले. आंबे तिथे मोठ्या प्रमाणात पिकत होते. भूकेने

६९

व्याकूळ झालेले सैनिक त्यानेच आपले पोट भरीत होते. त्यामुळे अनेक सैनिक आजारी पडले. त्यामुळे बाहेरून आन्नधान्य आणण्यासाठी माणसे पाठविण्यात आली. या डोंगरात कुठेही काही माणसे एकत्रितरित्या आढळली तर त्यांना बंदी बनविण्याचेही आदेश देण्यात आले.

प्रताप कधी आक्रमण करील याची मोगल सैन्याला सतत भीती वाटत होती. थोडक्यात शाही सैन्य इथे बंदी जीवन जगत होती. श्री ओझा यांनी याबाबत लिहिले आहे,

"गोगुंद्याला पोहचल्यावरही प्रताप आपल्यावर हल्ला तर करणार नाही ना, ही भीती शाही अधिकाऱ्यांना सतावत होती. शाही सैन्य इथे कैद्यासारखे जीवन जगत होती आणि त्यांच्यासाठी अन्नाचा कण न मिळाल्यामुळे त्यांची दुरावस्था झाली."

याच भीतीमुळे मानसिंगाने गोगुंद्याला एक कृत्रिम तटबंदी निर्माण केली. चारी बाजूला जमीन खोदून उंच भिंती उभारण्यात आल्या. त्यामुळे ते ओलांडून कोणी आत येऊ शकणार नव्हते. याचे वर्णन करताना निजामुद्दीन अहमद बक्षीने लिहिले आहे,

"राणा रात्रीच्या वेळी आपल्यावर हल्ला करील, अशी त्यांना भीती वाटत होती. त्यामुळे बचावासाठी त्यांनी सर्व जागेत भिंत उभारली. तसेच गावाच्या चारही बाजूला दरी खोदून इतकी उंच भिंत उभारली की घोडेस्वारही ती ओलांडू शकणार नाही. त्यानंतरच ते निश्चिंत झाले. त्यानंतर ते ठार झालेले लोक आणि घोड्यांची यादी करू लागले. तेव्हा सैयद अहमद खान बारहा म्हणाला, 'अशी यादी करण्याचा काय फायदा? आता तर खाण्या पिण्याची व्यवस्था करण्याची गरज आहे.' "

बदायुनीचे अकबराकडे जाणे

या युद्धातील बातमीची अकबर अतुरतेने वाट पाहत होता. त्याने युद्धाची बातमी आणण्यासाठी महमूद खानला गोगुंद्याला पाठविले. गोगुंद्यावरून परत आल्यावर युद्धाचा संपूर्ण वृत्तांत त्याने अकबराला सांगितला. हळदी घाटीतील विजयाने अकबर आनंदी झाला; पण महाराणा वाचल्याच्या बातमीने तो खूप दुःखी झाला.

मेवाडच्या सैन्याने जिंकलेला रामप्रसाद हत्ती अकबरासाठी अतिशय महत्त्वाचा

होता. त्याने तो प्रतापकडे अनेक वेळा मागितलाही होता. महाराणाने तो देणे टाळले होते. हा हत्ती अजूनही गोगुंद्यातील सैन्यातच होता. शाही सैन्यातील अधिकाऱ्यांनी रामप्रसादला लगेच अकबराकडे पाठविणे योग्य समजले. असफ खानच्या सल्ल्यानुसार हत्तीसोबत बदायुनीचे जाणे नक्की झाले. ३०० अंगरक्षकांसोबत रामप्रसादला घेऊन बदायुनी फत्तेहपूरकडे निघाला. कारण सम्राट अकबर त्या काळात फत्तेहपूर येथे होते. विविध ठिकाणी मोगल ठाणी स्थापन करीत मानसिंगही गोगुंद्यापासून दूर वीस कोस अंतरावरील मोही गावापर्यंत शिकार करीत बदायुनीसोबत गेला. बाकौर आणि मांडलगढ मार्गे बदायुनी आमेरला पोहचला. मोगल मेवाड युद्धाची बातमी सर्वत्र पसरली होती. वाटेत भेटलेल्या लोकांना बदायुनी मोगलांच्या विजयाबाबत सांगत असे, पण लोक त्याच्या बोलण्यावर विश्वास ठेवीत नव्हते. २५ जून १५७६ रोजी बदायुनी अकबराकडे फतेहपूरला पोहचला.

राजा भगवानदासने युद्धातील विजयाची भेट म्हणून रामप्रसाद हत्ती अकबराला भेट दिला. युद्धातील विजय आणि रामप्रसाद हत्ती पाहून अकबर खुश झाला. पण प्रतापला पकडू शकले नाहीत म्हणून तो आपल्या सेनापतीवर संतप्त झाला. मानसिंग प्रतापाशी मिळाला आहे, असा अकबराला संशय आला. त्याने मानसिंगाच्या दरबारातील प्रवेशावर दोन वर्षांची बंदी घातली.

हळदी घाटीतील विजय ही आपल्यावरील पिराची कृपा आहे, असे अकबर समजत होता. त्यामुळे त्याला रामप्रसाद भेट दिल्यावर त्याने त्याचे नाव बदलून पीरप्रसाद ठेवले.

प्रतापने गोगुंदा परत मिळविला

हळदी घाटातील युद्धाची समीक्षा करून भावी युद्धाची रूपरेखा आखण्यात मोगल व्यस्त असताना इकडे महाराणा प्रताप मात्र मोगलांनी हडपलेले आपले राज्या परत मिळविण्याचा विचार करीत होता. हळदी घाटीच्या युद्धानंतर लगेच मोगलांनी गोगुंद्यावर ताबा मिळविला होता, पण प्रतापही स्वस्थ बसणाऱ्यापैकी नव्हता. त्याच्या कारवायामुळे मोगल सैन्याला गोगुंद्यात राहणे अवघड झाले होते. याच दरम्यान प्रतापच्या सैन्याला गोगुंद्यावर पुन्हा ताबा मिळविण्याची चांगली संधी मिळाली. अकबराने नाराज होऊन मानसिंगाला परत अजमेरला बोलावले.

त्याच्या जागी कुतुबुद्दीन मुहम्मद खान, कुली खान यांना गोगुंद्याला पाठविले. त्यांना असा आदेश देण्यात आला होता, की त्यांनी संपूर्ण मेवाड पिंजून काढावा आणि प्रतापला शोधून त्याला ठार करावे.

मानसिंग गोगुंद्यात असताना कधी मधी मोगल सैनिक अन्न धान्य आणण्यासाठी बाहेर पडल्यावर महाराणा आणि त्याचे सहकारी भिल्ल त्यांच्यावर हल्ला करीत असत.

मानसिंगाचे तिथून जाणे प्रतापसाठी अतिशय लाभदायक सिद्ध झाले. अकबराने पाठविलेले नवीन सेनापती कुतुबुद्दीन मोहम्मद खान आणि कुली खान गोगुंद्यावर आपले नियंत्रण ठेवू शकले नाहीत. महाराणा प्रतापने या परिस्थितीचा पुरेपूर फायदा घेतला. जुलै १५७६ मध्ये त्याने गोगुंद्यावर पुन्हा आक्रमण केले. त्यावेळी त्याचा सामना करण्यासाठी मोगलाची सेना सक्षम नव्हती. त्यामुळे ते तिथून पळून गेले. अशा प्रकारे जास्त संघर्ष न करताच गोगुंद्यावर प्रतापने पुन्हा आपला ताबा मिळविला.

गोगुंद्यावर ताबा मिळविल्यावर महाराणाने कुंभगढला आपले निवसस्थान केले. गोगुंदा आणि कुंभगढ या दोन्ही ठिकाणी नवीन प्रशासक नेमण्यात आले. त्यानंतर ते आपल्या नवीन योजनेचा विचार करू लागले.

अकबराचे मेवडला प्रस्थान

अकबरासाठी मेवाड हा प्रतिष्ठेचा प्रश्न झाला होता. या प्रकरणात वर्णन केलेल्या गोष्टीवरून ही बाब पूर्णपणे स्पष्ट होते. त्यामुळे शेवटी त्याने स्वतः प्रतापचा बिमोड करण्याचा निर्णय घेतला. अर्थात त्याने आपला हा निर्णय जाहीर केला नाही. राजपूतान्यात जाताना मेवाडमधील जिंकलेल्या प्रदेशात शिकार करण्यासाठी आपण जात आहोत, असे त्याने सांगितले. तो दरवर्षी सप्टेंबरच्या आसपास ख्वाजाच्या उरूसासाठी अजमेरला जात असे. त्यानुसार सप्टेंबर महिन्यात तो अजमेरला पोहचला. तिथे त्यांनी ख्वाजाच्या मजारवर दुआ मागितली आणि प्रतापचा बिमोड करण्याची योजना आखू लागला.

हळदी घाटीच्या युद्धात विजय मिळविला म्हणून अनेक वीरांना पदोन्नती तसेच पुरस्कार देण्यात आले होते. मिहतर खान याला विशेष रूपाने सन्मानित करण्यात

आले होते. कारण त्याने बादशहा आल्याची अफवा पसरवून पळून जाणाऱ्या सैनिकांना पराभूत होण्यापासून वाचविले होते. मानसिंग आणि आसफ खान यांची भेट मात्र अकबराने नाकारली होती.

हळदी घाटातील विजय आणि त्यानंतरचा गोगुंद्यावरील ताबा याला काहीच महत्त्व न देणाऱ्या सम्राट अकबराने स्वतः प्रतापचा बिमोड करण्याचा निर्णय घेतला होता. जे काम मानसिंग पूर्ण करू शकला नव्हता, ते पूर्ण करण्यासाठी ११ ऑक्टोबर १५७६ रोजी अकबराने अजमेरहून गोगुंद्याकडे प्रयाण केले. पूर्ण मार्गात अकबराच्या सुरक्षिततेसाठी योग्य व्यवस्था करण्यात आली. रोज सकाळी अकबराच्या पुढे एक सैन्याची तुकडी पाठविली जात असे. म्हणजे हल्ला करण्यासाठी मेवाडचे सैनिक कुठे लपले असतील, तर त्यांच्यापासून अकबराचे रक्षण करता यावे. १३ऑक्टोबर १५७६ रोजी अकबर गोगुंद्याला पोहचला. अकबर आल्याची बातमी कळल्यावर महाराणा डोंगरात निघून गेले. अशा प्रकारे गोगुंद्यावर पुन्हा मोगलांची सत्ता आली. काही दिवसासाठी अकबराने गोगुंद्याला आपले मुख्यालय स्थापन केले.

महाराणा प्रतापचा माग काढण्यासाठी अकबराने राजा भगवानदास, मानसिंग, कुतुबद्दिन खान यांना पाठविले. हे दल सैन्यासह ज्या ज्या ठिकाणी गेले त्या प्रत्येक ठिकाणी त्याना महाराणाच्या हल्ल्यामुळे नुकसान सहन करावे लागले. त्यामुळे ते निराश होऊन परत आले. या अपयशामुळे नाराज होऊन अकबराने त्यांची रसद बंद केली, पण क्षमा मागितल्यावर पुन्हा सुरू केली. आता अकबर स्वतः पुढे आला. हळदी घाटीत ज्या ठिकाणी युद्ध झाले, ती जागा त्याला स्वतः बघायची होती. तो त्या सर्व ठिकाणापर्यंत गेला. प्रताप कुठे निघून जाऊ नये म्हणून त्याने गुजरातच्या मार्गावर सुरक्षा व्यवस्था अतिशय कठोर केली. त्यानंतर तो पूर्वेकडे आला. त्याने नाथद्वाराजवळ मोहीमध्ये काही कुशल सेनापतीच्या नेतृत्त्वाखाली तीस हजार सैनिकांची व्यवस्था केली. त्यानंतर मदारियामध्ये शाही थाना नियुक्त करून तो नोव्हेंबरमध्ये उदयपूरला गेला. काही दिवस उदयपूरला राहिल्यावर त्याने फखरुद्दिन आणि जगन्नाथ यांना तेथील प्रशासक नेमले. सैयद अब्दुल खान आणि भगवानदास यांच्यावर उदयपूरच्या डोंगरी भागाची जबाबदारी सोपवून तो बांसवाडा आणि डूंगरपूरकडे निघाला. दोन महिने पश्चिमी पर्वतरांगांच्या उत्तर पूर्व आणि दक्षिण पूर्व

कोपऱ्यात त्याने ठाणी नियुक्त केली. याच पर्वतरांगामध्ये प्रताप होते. असे करून प्रतापला आत्मसमर्पणासाठी विवश करण्याचा अकबराचा डाव होता.

अकबराने लाख प्रयत्न करूनही प्रताप काही त्याच्या तावडीत सापडले नाहीत. या दरम्यान बादशहाला बातमी मिळाली की पुन्हा गोगुंद्यावर स्वारी करण्यासाठी प्रताप योजना आखीत आहे. त्यामुळे भगवानदास, मानसिंग, मिर्जाखान यांना पुन्हा गोगुंद्याला पाठविण्यात आले. तिथे कडक सुरक्षिततेची व्यवस्था करून हे दल परत आले. अशा प्रकारे सुमारे सहा महिने मेवाडमध्ये राहिल्यानंतर आणि सर्व सामर्थ्यानिशी प्रयत्न केल्यावरही अकबर महाराणांना पकडू शकला नाही. महाराणाला पकडणे हे काही सोपे काम नसल्याची त्याची पुरेपूर खात्री पटली.

अकबराची नवीन आघाडी

या मोहिमेत अकबर प्रतापला तर पकडू शकला नाही, पण काही राज घराण्यासोबत त्याने नव्याने संबंध प्रस्थापित केले. बांसवाड्याचा रावल प्रतापसिंग तसेच डुंगरपूरचा रावल असकर्ण हे दोघेही महाराणाचे मित्र होते. भगवानदासने त्यांना आपल्या बाजूने केले, इतकेच नाही तर अकबराच्या सेवेत कामाला लावले. यामुळे अकबर खूप आनंदित झाला. त्याने दोघांचोही मैत्रीपूर्ण सन्मान केला. डुंगरपूरच्या राजकुमारीशी विवाह करून अकबराने रावल असकर्णला आपला नातेवाईक केले. त्यानंतर तो मालवाकडे निघून गेला.

सिरोही आणि बुंदी या दोन राजांची सहानुभूती महाराणा प्रतापला मिळत होती. त्यांच्यावर अकबराचा प्रभाव नव्हता. याच दरम्यान सिरोहीवर आक्रमण करण्यासाठी अकबराने रायसिंगाला पाठविले. सिरोहीचा राजा पळून आबूला गेला. रायसिंगाने तिथे जाऊन त्याचा पीछा केला. विवश होऊन राव सुरत्राणने आत्मसमर्पण केले. रायसिंगाने त्याला अकबराच्या समोर हजर केले. त्याने अकबराचे स्वामीत्व मान्य केले. अशाच प्रकारे सप्टेंबर १५७६ मध्ये बुंदीवर ताबा मिळविण्यासाठी सफदर खानच्या नेतृत्त्वाखाली एक सेना पाठविण्यात आली. या सैन्याला यश न मिळाल्यामुळे पुन्हा दुसरे सैन्य मार्च १५७७ मध्ये जैनखान कोका याच्या नेतृत्त्वाखाली पाठविण्यात आले. या युद्धाच्या वेळी बुंदीमधील गृहकलहामुळे तेथील सैन्याचे नेतृत्त्व तेथील युवराज दुर्जनसिंग करीत होता. त्याचे वडील सुरजन आणि भाऊ

मोगल सैन्याला मदत करीत होते. शेवटी बुंदीचा पराभव झाला. अशा प्रकारे मोगल एकाकी पडला. अकबर १२ मे १५७७ रोजी फतेहपूर सिक्रीला परत आला.

उदयपूर- गोगुंदावर पुन्हा प्रतापचा ताबा

मेवाडवर मोगलांनी एक हल्ला केला, की संधी मिळाल्यावर प्रतिहल्ला करायला प्रताप चुकत नसत. या संघर्षाने जणू लपंडाव मांडला होता. अकबर मेवाडहून परत आल्याबरोबर महाराणा पुन्हा सक्रिय झाले. अकबराने स्थापन केलेल्या ठाण्यावर ते अचानक हल्ला करू लागले. त्यांनी मेवाडहून आग्रा जाणाऱ्या महामार्गावरही ताबा मिळविला. त्यामुळे या मार्गावरून मोगल सैन्याचे येणे जाणे थांबले. उदयपूर आणि गोगुंद्यात स्थापन केलेली मोगल ठाणी लगेच उठली. तिथे महाराणाची सत्ता आली. मोहीवर हल्ला केला तेव्हा त्यात तेथील ठाणेदार मारला गेला. वीरविनोद नुसार या काळात महाराणा एका क्षणासाठीही शांत बसले नाहीत. त्यांना जराही उसंत नव्हती. या काळात आपल्या शरीरावर धारण केलेला युद्धाचा पोषाख त्यांनी एका क्षणासाठीही खाली उतरवून ठेवला नाही.

अकबराने शाहबाज खानला मेवाडला पाठविले

प्रतापच्या या कारवायामुळे मोगल सम्राट संतप्त झाला. तो त्यावेळी मेरठमध्ये होता. त्याने महाराणाला मारण्यासाठी पुन्हा एक विशेष सैन्य पाठविले. त्याचा सेनापती शाहबाज खान होता. त्यामध्ये राजा भगवानदास, मानसिंग, सैयद हाशिम, पायंदा खान मोगल, सैयद कासीम, सैयद राजू, उलग असद तुर्कमान, गाजी खान बदक्शी, शरीफ खान अतगह, मिर्जा खान खानखाना, गजरा चौहाण यासारखे मोठे मोठे सैन्य अधिकारी होते. १५ ऑक्टोबर १५७७ रोजी ही सेना आपल्या ध्येयाच्या दिशेने निघाली आणि मेवाडला पोहचली. अनेक प्रयत्न केल्यावरही त्यांना यश मिळाले नाही. म्हणून शाहबाज खानने अतिरिक्त सैन्याची मागणी केली. अकबराने लगेच शेख इब्राहिम फत्तेहपुरीयाच्या नेतृत्त्वाखाली सैन्याची एक तुकडी लगेच पाठविली.

दोन्ही सेना घेऊन शाहबाज खान पुढे निघाला. आपल्या कामात काहीही उणीव राहणार नाही, याची तो काळजी घेत होता. राजपूत असल्यामुळे राजा मानसिंग आणि भगवानदास प्रतापला मदत तर करीत नाहीत ना, असा त्याला

संशय आला होता. म्हणून मग त्याने या दोघांना या मोहिमेपासून वेगळे केले. इतकेच नाही तर या सैन्यात त्याने एकही हिंदु अधिकारी ठेवला नाही. शाहबाज खानचे असे वागणे अकबराच्या आदेशाचे थेट उल्लंघन होते, तरीही अकबर त्याला काहीही बोलला नाही.

जंगलाच्या आश्रयाला

मानसिंग परत गेल्यावर महाराणाने गोगुंद्यावर आपली सत्ता आणली होती. त्यानंतर कुंभलगडला त्याने आपली तात्पुरती राजधानी उभारली होती. इथे राहून आपल्या राज्यात युद्धानंतर निर्माण झालेली अव्यवस्था दूर करण्याच्या मागे ते लगले होते. मोगल सैन्याला ज्या मार्गाने रसद पुरविली जात होते, ते मार्ग त्यांनी कापून टाकले होते. या दरम्यान असलेली सर्व शेत जमिन त्यांनी उजाड करून टाकली होती.

इकडे शाहबाज खान आपल्या मोहिमेवर निघाल्यानंतर त्याने केलवाड्याजवळ आपली छावणी उभारली तेव्हा महाराणाला कुंभलगड सोडून जंगलाचा आश्रय घ्यावा लागला. तसेच आपल्या प्रजेला शेती न करण्याची कठोर आदेश द्यावा लागला. तसेच या भागातील लोकांना दुसरीकडे जाण्याचा त्याने आदेश दिला. ही आज्ञा इतकी कठोर होती, की जर कोण्याही एखाद्या शेतकऱ्याने वावभर जमिनीवर शेती करून मुसलमानाला उत्पादन दिले तर त्याचे डोके उडवले जाईल, असे त्यात नमूद करण्यात आले होते. या राजाज्ञेमुळे संपूर्ण मेवाडमध्ये शेती करणे बंद करण्यात आले. शेतकरी लोक मेवाड सोडून इतरत्र निघून गेले. मोगलाच्या ताब्यात असलेल्या मेवाडमध्ये सर्व रसद कडेकोट सुरक्षेत अजमेरहून मागवली जात असे. शाही सैन्याच्या एका अधिकाऱ्याने एका शेतकऱ्याला एक विशेष प्रकारची भाजी उगविण्यासाठी भाग पाडले होते. प्रतापला याची माहिती मिळाली. एके रात्री प्रताप शाही सैन्याच्या छावणीत घुसला आणि त्याने त्या शेतकऱ्याचे डोके उडविले.

टॉडने आणखी एका घटनेचा उल्लेख केला आहे. त्यातूनही प्रतापाची हीच कठोर आज्ञा आणखी उजागर होते. प्रतापने जी ठिकाणे उजाड केली होती, त्या ठिकाणी एक धनगर आपल्या मेंढ्या निश्चित होऊन चारीत असल्याचे प्रतापच्या सैनिकांनी पाहिले. हे राजाज्ञेचे उल्लंघन पाहून सैनिकांनी त्या धनगराला मारले

आणि त्याचे शव झाडाला टांगले.

या दरम्यान मोगल सैन्य प्रतापच्या मगावर होती, पण त्यांना यश मिळाले नाही.

कुंभलगडवर मोगलांची सत्ता

भगवानदास आणि मानसिंग यांना परत पाठविल्यावर शाहबाज खान पुढे निघाला. कुंभलगड किल्ला पूर्णपणे डोंगरांनी वेढलेला होता. तो दूरून दिसत नव्हता. या किल्ल्याच्या डोंगराच्या पायथ्याशी केलवाडा गाव होते. शाही सैन्याने या गावात आपली छावणी उभारली. एके दिवशी मेवाडच्या सैनिकांनी या छावणीवव हल्ला करून मोगल सैन्यातील चार हत्ती पळवून नेले आणि महाराणाला भेट दिले. शाही सैन्याने केलवाडा आणि नाडोल या बागात नाकाबंदी केली त्यामुळे कुंभलगडावर रसद आणि युद्ध साहित्य पोहचविणे अवघड झाले. ही परिस्थिथी पाहून मेवाडच्या सामंतांनी महाराणाला किल्ला सोडून एखाद्या सुरक्षित ठिकाणी जाण्याचा सल्ला दिला. खूप आग्रह केल्यावर महाराणा किल्ल्याच्या बाहेर पडले. तिथून निघाल्यावर ते काही दिवस राणपूरमध्ये थांबले. त्यानंतर ईडरच्या बाजूला असलेल्या चुलिया गावात पोहचले. मेवाडच्या इतिहासाने दुसऱ्याच पिढीत आपल्या इतिहासाची पुनरावृत्ती केली. एकदा महाराणा उदयसिंग यांनाही १५६७ मध्ये राजधानी सोडून पश्चिमी जंगलात आश्रय घ्यावा लागला होता. त्यांनी चितड किल्ल्याचे रक्षण करण्याची जबाबदारी जयसिंग आणि पत्ता यांच्यावर सोपविली होती. यावेळी महाराणाला जंगलाचा आश्रय घ्यावा लागला. किल्ल्याचे रक्षण करण्याची जबाबदारी राव अक्षयराजचे पुत्र भाण याला नियुक्त करण्यात आले होते.

एक दंतकथेनुसार कुंभलगडचा मार्ग शाहबाज खानला माहीत नव्हता. त्यासाठी त्याने महाराणाच्या एका माळीणीला कसे तरी आपल्या बाजूने वळविले होते. ही माळीन वाटेवर फुले टाकीत गेली. ती फुले पाहून मोगल सैन्य केलवाड्यापर्यंत पोहचले. माळणीचा हा द्रोह पाहून एका भिल्लाने तिची हत्या केली.

केलवाड्यापासून कुंभलगड अवघ्या तीन मैल अंतरावर आहे. त्यामुळे केलवाडा काबीज केल्यावर कुंभलगड काबीज करण्याची योजना शाहबाज खानने आखली. कुंभलगड किल्ल्याची निर्मिती इ.स. १४५२ मध्ये करण्यात आली होती. तेव्हापासून

आतापर्यंत कधीही त्याच्यावर शत्रूची सत्ता नव्हती. महाराणाचा मंत्री भामाशाह या किल्ल्यातील सर्व खजिना घेऊन मालवातील रामपुरा येथे गेला. तेथील रावाने त्यांना आश्रय दिला. तसेच पूर्ण सुरक्षित ठेवले.

शाहबाज खानच्या नेतृत्त्वाखालील मोगल सैन्याने केलवाड्यावरून कुंभलगडावर आक्रमण केले. किल्ल्यात असलेल्या राजपुतांनी या आक्रमणाचा अतिशय शूरपणे सामना केला. दुर्दैवाने एके दिवशी किल्ल्यात ठेवण्यात आलेली एक तोफ फुटली. त्यामुळे किल्ल्यात असलेले खूप मोठे युद्ध साहित्य जळून खाक झाले. त्यामुळे शत्रुचा मुकाबला करणे राजपुतांना अवघड जाऊ लागले. विवश होऊन त्यांनी किल्ल्याचे दार उघडले आणि शत्रूवर थेट आक्रमण केले. घनघोर युद्धानंतर कुंभलगडावर मोगलांनी ताबा मिळविला. ही घटना ३ एप्रिल १५७८ रोजी घडली. इथे प्रताप न आढळल्यामुळे शाहबाज खान खूप निराश झाला. महाराणा रामपुरा येथील किल्ल्यात गेले असल्याचा निरोप त्याला तिथेच मिळाला. त्यानंतर ते रामपुऱ्याहून बांसवाडाला गेले असल्याचा नवीन निरोप मिळाला.

या निरोपानंतर शाहबाज खानने कुंभलगडावर सुरक्षा व्यवस्था आणि इतर व्यवस्था करून त्याची जबाबदारी गाजी खान बादक्शीवर सोपविली. महाराणाला पकडण्याच्या मोहिमेवर शाहबाज खान स्वतः निघाला.

उदयपूरवर मोगलांचा ताबा

कुंभलगड ताब्यात घेतल्यावर दुसऱ्याच दिवशी शाहबाज खान गोगुंद्याकडे निघाला. कोणत्याही किमतीवर महाराणाला पकडायचेच, असा त्याने चंग बांधला होता. दुसऱ्या दिवशी दुपारी त्याने गोगुंदावर ताबा मिळविला. गोगंद्याची व्यवस्था लाऊन तो एखाद्या वादळासारखा उदयपूरच्या दिशेने निघाला. रात्रीच्या वेळी त्याने उदयपूरवरही आपला कब्जा केला. या जिंकलेल्या ठिकाणी त्याने मोठ्या प्रमाणात लूट केली. शाहबाज खान ज्या ठिकाणी जात असे, ते ठिकाण लुटल्यानंतर ते नष्ट करून टाकीत असे. यामुळे त्या भागात खूप मोठ्या प्रमाणात नुकसान झाले. त्यानंतर प्रतापला पकडण्यासाठी तो जंगलात भटकत होता. पण त्याच्या हाती अपयशच आले.

शाहबाज खान तीन महिने जंगलात इकडे तिकडे भटकत होता. आपण प्रतापला

पकडू शकत नाही, याची त्याला आता खात्री पटली होती. विविध ठिकाणी पन्नास मोगल ठाण्याची स्थापना करून तो अकबराकडे पंजाबमध्ये गेला.

शाहबाज खानने ज्या गडबडीने कुंभलगडनंतर गोगुंदा आणि उदयपूरवर ताबा मिळविला होता, ती खरोखरच आश्चर्यकारक बाब होती. प्रताप जिथे असल्याचा त्याला निरोप मिळत असे, त्या ठिकाणी तो लगेच पोहचत असे. कुंभलगडमध्ये त्याला चुकीचा निरोप मिळाला, तरीही तो ज्या उत्साहाने कार्य करीत होता, ते नक्कीच कौतुकास्पद होते. याबाबत श्री राजेंद्र बीडा यांनी लिहिले आहे,

"कुंभलगडवरून शाहबाज खान ज्या वेगाने गोगुंदा आणि उदयरपूरला पोहचला, ते काही कमी आश्चर्यकारक नाही. कुंभलगडवरून गोगुंदा आणि उदयपूरला पोहचून त्याने नेपोलियनलाही मागे टाकले. रशियातील युद्धानंतर नेपोलियन ज्या तत्परतेने फ्रान्समध्ये पोहचला होता, त्याच तत्परतेने शाहबाज खान गोगुंदा, उदयपूरला पोहचला होता. प्रतापबाबथ आपल्याला चुकीचा निरोप मिळाला आहे, हे शाहबाज खानला माहीत नव्हते. प्रताप कुंभलगडावरून सादडीच्या दिशेनेच जाऊ शकत होता. तो औराठची घाटी आणि गोगुंदाला कोणत्याही परिस्थितीत जाऊ शकत नव्हता. तिकडे मोगल सैन्य आधीच तैनात करण्यात आले होते."

भामाशहाकडून आर्थिक मदत

मेवाडचे महाराणा या काळात वनवासी जीवन जगत होते. मेवाडवर आता मोगलांची सत्ता होती. उर्वरित मेवाड उजाड झाला होता. महाराणा सतत संघर्ष करीत होते. त्यांची आर्थिक स्थिती अतिशय कठीण झाली होती, हे वेगळे सांगण्याची गरजच नाही. त्यांच्या या संघर्षमय जीवनात त्यांचे विश्वासू सामंत आणि सहकारी यांचे खूप मोठे योगदान होते. शाहबाज खान मेवाडहून परतल्यानंतर लगेच प्रतापचे मंत्री भामाशहा आणि त्यांचे भाऊ ताराचंद यांनी मालवामधून लुटून आणलेल्य २०००० सुवर्णमुद्रा आणि २५००००० रूपये त्यांना समर्पित केले. यावेळी महाराणा चुलिया गावात होते. आतापर्यंत रामा महासहाणी महाराणाचे प्रधानमंत्री होते. भामाशहाची ही अपूर्व राजभक्ती आणि त्याग यामुळे प्रसन्न होऊन महाराणाने त्यांना आपला नवीन प्रधानमंत्री केले.

अशा वेळी असा प्रकारची आर्थिक मदत मिळणे, हे कोणत्याही वरदानापेक्षा

कमी महत्त्वाचे नव्हते. यामुळे महाराणाला सैन्याची निर्मिती आणि आपली शक्ती वाढविण्यासाठी खूप मोठी मदत झाली.

भामाशहाला मालवामध्ये रामपुराचे राव दुर्गा यांनी आपल्या संरक्षणात ठेवले होते. त्यामुळे भामाशहाने मालवा लुटून सोने-नाणे आणल्याची गोष्ट योग्य वाटत नाही. कदाचित ही रक्कम मालवा राज्याच्या बाहेरील भागातून लुटलेली असू शकेल. याबाबत श्री राजेंद्र बीडा लिहितात,

"इतिहासकारांचे असे म्हणणे आहे, की भामाशाह कुंभलगडवरून मालवा इथे गेला होता. तिथे रामपुराचे राव दुर्गा यांनी त्यांना संरक्षण पुरविले. मालावाच्या मधल्या गावांना लुटून भामाशहा आणि त्याचा भाऊ ताराचंद यांनी २५०००० रूपये आणि २००००मोहरा जमा केल्या होत्या. ही रक्कम त्यांनी प्रताप (किंवा अमरसिंग) यांना चुलीयामध्ये अर्पण केली. यावरून भामाशहाचा त्याग आणि देशभक्ती सांगितली जाते. या भेटीनंतर त्यांना परत राणाचे प्रधान मंत्री म्हणून नियुक्त करण्यात आले. यामध्ये अनेक अंतर्विरोध समोर येतात. पहिली गोष्ट अशी की रामपुरामध्ये भामाशहला संरक्षण देणाऱ्या कीकाने मालवाच्या गावातून लूट करण्याची परवानगी कशी काय दिली आणि त्यांचे असे कृत्य सहन कसे काय केले? असे वाटते की ही रक्कम मालवाला जाताना वाटेतील गावात लूट करून जमा करण्यात आली असावी आणि ती अमरसिंगाला भेट दिली असावी. याच्या सहाय्याने राणाने पुन्हा सैन्य जमविले आणि दिवेर येथे असलेल्या मोगल सैन्यावर हल्ला केला."

भामाशहला ही रक्कम कोठूनही आणि कोणत्याही प्रकारे मिळाली हा प्रश्न काही फारसा महत्त्वाचा असत नाही. महत्त्वाची आहे ती त्याची त्यागाची भावना. अडचणीत सापडलेल्या मालकाबद्दल अशा प्रकारे श्रद्धा व्यक्त केल्याचे दुसरे एकही उदाहरण आढळून येत नाही. अशी त्याग भावना हीच खरी मैत्रीची पारख असते.

महाराणाचा दिवेरवर ताबा

शाहबाज खान मेवाडमधून गेल्यावर महाराणा बांसवाडाकडून छप्पन जंगलात पोहचले. मोगलाच्या ताब्यातील मेवाडवर पुन्हा ताबा मिळविण्यासाठी ते प्रयत्न करू लागले. त्यांनी मोगलाच्या ताब्यातील भागावर हल्ले सुरू केले. इकडे भामाशहकडून

आर्थिक मदत मिळाल्यावर त्यांनी सैन्याची जुळवा जुळव केली आणि दिवेर येथील मोगलाच्या शाही ठाण्यावर आक्रमण केले. या ठाण्यावर सुल्तान खान मोगल मुख्ताराचे नियंत्रण होते. हल्ल्याच्या वेळी मोगल सैन्याने राजपुतांचा शौर्याने सामना क़ेला. सुल्तान खान अमर आणि युवराज अमरसिंग एक दुसऱ्यावर तुटून पडले. अमरसिंगाने आपला भाला इतक्या जोराने मारला की तो सुल्तान खानला भेदून त्याच्या घोड्याच्याही आर पार गेला. दोघेही लगेच ठार झाले. दुसऱ्या एका मेवाडच्या सैनिकाने शत्रूच्या हत्तीचा एक पाय कापून टाकला.त्यानंतर शाही सैनिक सैरा वैरा पळू लागले. त्यामुळे दिवेरवर महाराणाने ताबा मिळविला.

दिवेरवर ताबा मिळविल्यानंतर महाराणाच्या सैन्याने हमीरसरावर ताबा मिळविला. हे ठिकाण कुंबळगडपासून खूप जवळ होते. त्यामुळे इथून सैन्य कुंभलगडकडे निघाले आणि त्यावरही आपला ताबा केला. त्यानंतर महाराणाच्या सैन्याने जावर, छप्पन आणि बागडच्या डोंगरावर विजय मिळवित चावंड गाठले. चावंडला आपल्या ताब्यात घेतल्यानंतर महाराणाने काही दिवसासाठी त्यालाच आपले केंद्र केले. इथे राहून त्यांनी चामुंडा मातेच्या जुन्या मंदिराचा जीर्णोद्धार केला. अशा प्रकार लवकरच मेवाडच्या एका मोठ्या भागावर पुन्हा एकदा महाराणाची सत्ता स्थापन झाली.

यामुळे मेवाडच्या सैनिकांचा उत्साह वाढला आणि ते मालवापर्यंत मोगल सैनिकांच्या छावण्यावर हल्ले करीत गेले. भामाशाहचा भाऊ ताराचंद आतापर्यंत मालवामध्येच होता. शाहबाज खान पंजाबकडे परत निघाला होता तेव्हा बस्सी येथे त्याचे ताराचंदाशी युद्ध झाले. त्यामध्ये ताराचंदाचा पराभव झाला आणि तो जखमी झाला. जखमी अवस्थेत राव चैनदासने त्याच्यावर उपचार केले आणि त्याला सर्व प्रकारची मदत केली. बरे झाल्यावर राव चैनदास ताराचंदला घेऊन महाराणाकडे चावंडला आला.

त्याच्या आधी डुंगरपूरचे राव आसकरण आणि बांसवाडाचे राव प्रताप यांनी अकबराशी मैत्री केली होती. याच्या मागे भगवानदास याची भूमिका होती. याचा उल्लेख आधी केला आहे. महाराणा प्रतापने त्यांना आपल्या अधिन करण्यासाठी सैन्य पाठविले. या सैन्याचे नेतृत्त्व रावतमानने केले. या मोहिमेत रावतमानला

मदत करण्यासाठी जोधपूरचा राव चंद्रसेनही आला. सोम नदीच्या काठावर रावतमानच्या सैन्याची बांसवाडा आणि डुंगरपूरच्या सैन्याशी गाठ पडली. या युद्धात रावतमानच्या पुत्राला वीरगती मिळाली. हे युद्ध रावतमानने जिंकले. ही दोन्ही राज्या पुन्हा प्रतापच्या अधिपत्याखाली आली.

डुंगरपूर आणि बांसवाडावरील मेवाडच्या पुन्हा सत्ता स्थापनेबाबत सर्व इतिहासकारांचे एकमत नाही. गौरिशंकर हिराचंद ओझा यांच्या मतानुसार ही दोन राज्ये मोगलांच्या प्रभावाखाली आल्यानंतर मेवाडला थेट धोका निर्माण झाला होता. त्यामुळे प्रतापने आधी बोलणी करून त्यांना आपल्या बाजूने वळविण्याचा प्रयत्न केला, पण त्यात यश आले नाही. त्यानंतर सैन्याच्या बळावर त्यांना ताब्यात घेण्यासाठी सैन्य पाठविण्यात आले.

इ.स १५७८ मध्ये साम नदीच्या काठावर हे युद्ध झाले. बांसवाडा आणि डुंगरपूरच्या बाजूने मोगल सैन्यही या युद्धात सहभागी झाले. त्यामुळे त्यांची बाजू शक्तिमान झाली आणि प्रतापला यश मिळाले नाही. यामुळे प्रतापला एक फायदा असा झाला की काही काळासाठी मोगल सैन्य तिकडेच गुंतून राहिले.

या अपयशानंतर महाराणाने कुटनीतीचा वापर केला. डुंगरपूरच्या रावल असकरणने अकबराचे स्वामीत्व स्वीकारले. त्यामुळे नाराज होऊन त्याचा मुलागा सहमल मेवाडला आला. प्रतापने त्याला आश्रय देऊन गादीवर बसविण्यासाठी प्रयत्न केले.

शाहबाज खान मेवाडमध्ये दुसऱ्यांदा

प्रतापच्या या सर्व कारवायांच्या बातम्या अकबराला कळाल्या. त्यामुळे अकबराची काळजी वाढली. प्रतापच्या या कारवाया नियंत्रित करण्याची अकबराने योजना आखली. शाहबाज खानची पहिली मेवाड मोहीम समाधानकारक राहिली होती. त्यामुळे या कामासाठी पुन्हा त्यालाच पाठविणे अकबराला योग्य वाटले. इ. स. १५ ऑक्टोबर १५७८ ला पुन्हा एकदा महाराणा प्रतापचे दमन करण्यासाठी शाहबाज खान निघाला. त्याच्यासोबत मदतनीस म्हणून गाजी खान, मुहम्मद हुसैन, मीरजाद, शेख तिमूर बादक्शी, अली खान इ. होते.

या मोहिमेसाठी शाहबाज खानला मोठ्या प्रमाणात रक्कम देण्यात आली.

त्यामुळे तो साम, दाम, दंड, भेद अशा कोणत्याही उपायाने प्रतापचे दमन करण्यात यशस्वी होऊ शकला असता. तो मेवाडला आल्यावर महाराणा प्रताप पुन्हा जंगलात निघून गेले. अनेक ठिकाणे पुन्हा मोगलांना ताब्यात घेतली. या मोहिमेवरील दलाला अकबराने अतिशय कठोर आदेश दिले होते, असे म्हणतात. प्रतापचे दमन न करता ते परत आले तर त्यांची डोकी उडवली जातील, असा अकबराचा आदेश होता. त्यासाठी मोठी रक्कमही देण्यात आली. त्यामुळे गरज पडल्यावर राजपूतांना खरेदी करता आले असते.

प्रताप पुन्हा जंगलात जाईपर्यंत अनेक भागांवर मोगलांची सत्ता कायम झाली होती. त्यामुळे शाहबा अकबराकडे पुन्हा फतेहपूरला आला. आपण केलेल्या सर्व कामाची माहिती त्याने अकबराला दिली. मेवाडमध्ये राजपूतांसोबत धार्मिक कठोरतेने वागण्याचा शाहबाजचा विचार होता. त्याने हा विचार अकबरासमोर मांडला; पण या वेळेपर्यंत अकबराच्या धार्मिक धोरणात खूप बदल झाला होता. धार्मिक कठोरपणा अन्यायी आणि अनावश्यक असल्याचे त्याचे मत झाले होते. तो दीन-ए- इलाही कडे झुकला होता. त्यामुळे खानाचा हा सल्ला त्याने स्वीकारला नाही.

आपल्या या दुसऱ्या मोहिमेच्या वेळीही शाहबाज खान दोन-तीन महिने मेवाडमध्ये राहिला. त्याने आपल्या सामर्थ्यानिशी प्रतापचा पाठलाग केला. त्याला या कामात यश आले नाही तरी मेवाडवर दुसऱ्यांदा सत्ता मिळविण्यात त्याला यश आले.

प्रताप पुन्हा सक्रिय

शाहबाज खान परत गेल्यावर प्रताप पुन्हा मेवाडवर सत्ता स्थापन करण्यासाठी प्रयत्नशील झाला. शाहबाज दुसऱ्यांदा मेवाडमध्ये आला तेव्हा ते जंगलात गेले होते आणि काही काळासाठी शांत बसले होते. जोधपूरचा राव चंद्रसेन प्रतापच्या बाजूने होता. १५७८ च्या अखेरीस त्याने मोगलाविरूद्ध बंड केले. आपल्या सैन्यासह तो अजमेरपर्यंत गेला. हे बंड मोडून काढण्यासाठई अकबराने पयंद मुहम्मदच्या नेतृत्त्वाखाली विशाल सैन्य पाठविले. हे सैन्य चंद्रसेनचा विरोध मोडून काढण्यात यशस्वी झाले.

याबरोबरच महाराणा प्रतापनेही मोगल विरोधी अभियान आणखी तीव्र केले. शाहबाज खानला मेवाडमधील पहिल्या दोन अभियानात चांगले यश मिळाले होते,

त्यामुळे महाराणा प्रतापचा विरोध मोडून काढण्यासाठी अकबराने त्यालाच पुन्हा मेवाडला पाठविण्याचा निर्णय घेतला.

शाहबाज खान तिसऱ्यांदा मेवाडमध्ये

कोणत्याही किमतीवर प्रतापचे दमन करून मेवाडमध्ये आपली कायम स्वरूपी सत्ता स्थापन करणे हे अकबराचे ध्येय होते. त्यासाठी त्याने अनेक वेळा अजमेर येथील दर्ग्यात मन्नत मागितली होती; पण अद्याप त्याला मनासारखे यश मिळाले नव्हते. ऑक्टोबर १५७९ मध्ये तो पुन्हा अजमेरला ख्वाजाच्या दरबारात पोहचला. त्याने तिथे पुन्हा नवस केला आणि मग सांभरला पोहचला. तिथून त्याने तिसऱ्या वेळी शाहबाज खानला मेवाडला जाण्याचा आदेश दिला. ९ नोव्हेंबर १५७९ ला शाहबाज खान आपल्या तिसऱ्या मोहिमेसाठी मेवाडला रवाना झाला. मेवाडला पोहचल्यावर त्याने प्रतापच्या विरोधात आपली सर्व शक्ती पणाला लावली. प्रताप पुन्हा जंगलात गेला. शाहबाज खानने संपूर्ण मध्य मेवाडमधून प्रतापचे उच्चाटन करून टाकले; पण तो प्रतापला पकडू शकला नाही.

शाहबाज खान प्रतापला पकडण्यासाठी वनात, जंगला, डोंगरावर अशा अनेक ठिकाणी फिरला; पण प्रताप आबूपासून बारा मैल दूर सोढाच्या जंगलात निघून गेले. तिथे ते लोयानाचे राव धुला यांचे पाहुणे होऊन राहिले. राव धुलाने त्यांना सर्व प्रकारच्या सोयी पुरवित त्यांचा योग्य प्रकारे आदर सन्मान केला. त्याचबरोबर आपल्या मुलीचा त्याच्याशी विवाह केला. महाराणाने राव धुलाला राणी ही पदवी दिली.

सम्राट अकबराने शाहबाज खानला मेवाडला पाठविताना अतिशय कठोर आदेस दिले होते. महाराणाचा प्रभाव संपवून टाकण्यात शाहबाज खानला यश मिळाले होते, तरीही अकबराच्या कठोर आदेशांचे पालन करण्यात तो अपयशी झाला होता. त्यामुळे अकबर नाराज झाला आणि इ. स. १५८० मध्ये त्याने शाहबाज खानला परत बोलावले.

शाहबाज खान परत गेल्यावर अकबराने रूस्तम खानला अजमेरचा सुभेदार करून पाठविले. तो प्रताप विरूद्ध एखाद्या मोहिमेवर निघण्यापूर्वीच शेरपुरा येतील

काही कछवांनी बंड केले. हे बंड मोडून काढण्यासाठी तो गेला, पण त्यात मारला गेला. सुभेदार म्हणून त्याने फक्त चारच महिने काम केले.

ख़ानखानाचे मेवाड अभियान

जूनच्या मध्यावर रूस्तम खानचे निधन झाल्यावर १६ जून १५८० रोजी अकबराने अजमेरचे सुभेदार म्हणून अब्दुर्रहीम खानखानची नियुक्ती केली. खानखानाला मेवाडमधील लढायांचा चांगला अनुभव होता. त्याने मेवाड मोहिमेवर सम्राट अकबर आणि शाहबाज खान यांच्यासोबत काम केले होते. त्यामुळे मेवाडच्या समस्येवर तो तोडगा काढू शकेल, अशी त्याच्याकडून अपेक्षा व्यक्त केली जात होती.

खानाखान प्रतापचे दमन करण्याच्या मागे लागला. त्याने आपले कुटुंब शेरपुरामध्ये सोडले आणि स्वतः प्रतापचा पाठलाग करू लागला. याची माहिती कळल्यावर महाराणा ढोलानच्या दिशेने निघून गेले. खानखानाचे लक्ष विचलीत करण्यासाठी अमरसिंगच्या नेतृत्त्वाखालील एका तुकडीने शेरपुऱ्यावर आक्रमण केले. या हल्ल्यात अमरसिंगने खानखानाच्या कुटुंबियांना बंदी बनविले. ही बातमी महाराणाला कळविण्यात आली. त्या बरोबर महाराणाने अमरसिंगाला कळविले, की खानखानाच्या कुटुंबियांना लगेच सन्मानाने मुक्त करावे. तसेच महिलांसोबत कोणत्याही प्रकारचे गैरवर्तन करू नये. महाराणाच्या या आदेशाचे पूर्णपणे पालन झाले. बंदी करण्यात आलेले खानखानाचे संपूर्ण कुटुंब खानखानाकडे सन्मानाने पोहचविण्यात आले.

मुसलमानांकडून अशा प्रकारच्या वागण्याची कधीही अपेक्षा केली जाऊ शकत नव्हती. महाराणाच्या या उदार आणि मनावतावादी वागण्याने खानखानाचे कवी मन उचंबळून आले. महाराणाबद्दलची कृतज्ञता त्याने खालील दोह्यात व्यक्त केली,

धम रहसी रहसी धरा,
खस जारो खुरसाण ।
अमर विसम्भर उपरौ,
राखौ नह जौ राण ।।

खानखानाचे भाऊक मन महाराणाबद्दलच्या श्रद्धेने भरून गेले. तरीही सम्राटाच्या आज्ञेचे पालन करणे, हे त्याचे कर्तव्य होते. त्यामुळे मेवाडमधील प्रदेश पुन्हा परत ताब्यात घेण्याच्या मोहिमेवर तो लागला.

ज़गन्नाथ कछवाह मेवाड मोहिमेवर

खानखानाच्या कुटुंबासोबत महाराणा प्रतापच्या उदरापणाने वागण्याची बातमी अकबरापर्यंत पोहचली. आता खानखाना आपले काम योग्य प्रकारे पार पाडू शकणार नाही, याची अकबराला जाणीव झाली. त्यामुळे मेवाड मोहिमेवर दुसऱ्या कोणाला तरी पाठविण्याचा त्याने निश्चय केला. तरीही खानखानाला त्याने पदावरून काढून टाकले नाही. इ.स. १५९१ पर्यंत तो या पदावर कायम राहिला. महाराणा विरूद्धच्या मोहिमीवेर आता राजा जगन्नाथ कछवाची नियुक्ती करण्यात आली. जो राजा भगवानदासचा लहान भाऊ होता. तो हळदी घाटी युद्धात सहभागी होता.

६ डिसेंबर १५८४ रोजी जगन्नाथ कछवाह मेवाडसाठी रवाना झाला. त्याचा बक्शी म्हणून मिरजा जाफर बेगला पाठविण्यात आले. मेवाडला गेल्यावर त्याने प्रतापने परत घेतलेला मेवाडचा भाग आपल्या ताब्यात घ्यायला सुरूवात केली. मोही, मांडलगढ, मदारिया इ. ठिकाणांवर त्याने मोगल सैन्याची स्थापना केली. सैयदा राजूकडे मंडलगढची व्यवस्था सोपवून जगन्नात कछवाह महाराणाला शोधण्यासाठी निघाला. महाराणा चितौडच्या जंगलात गेले होते. मोगलांनी ताब्यात घेतलेल्या भागांवर त्यांनी दुसऱ्या बाजूने आक्रमण सुरू केले. त्याचा सामना करण्यासाठी सैयद राजू पुढे आला, पण प्रताप पुन्हा चितौडच्या जंगलात गेले. सैयदा राजूला विवश होऊन मांडलगढला परत यावे लागले. जगन्नाथ कछवाने कुंभलगडावरही आक्रमण केले, पण तिथेही त्याला प्रताप आढळून आला नाही. त्यामुळे शेवटी तोही मांडलगडला परत आला.

जगन्नात कछवाला ज्या माणसाबद्दल संशय वाटायचा, त्याला तो प्रताप विषयी विचारायचा. तरीही कोणाकडूनही त्याला प्रताप विषयी माहिती मिळू शकली नाही. कछवाह साठी प्रताप जणू काही हवा झाला होता. या बाबतीत श्रीराम शर्मा यांनी लिहिले आहे,

" राजूने तिथूनच कुंभलगडावर हल्ला केला. प्रताप गुपचूप कुंभलगडावरून सटकला. राजूने प्रतापचा जोरदार पाठलाग केला, पण राजूने प्रतापच्या सैन्यावर

ताबा मिळविण्यापूर्वीच प्रताप कुंभलगड सोडून चितौडला पोहचला. राजूने प्रतापचा पाठलाग सोडला नाही. चितौडमध्येही राजूला प्रताप आढळला नाही. इकडे राजू आणि तिकडे जगन्नाथ प्रतापचा पाठलाग करीत होते. दोघांचे सैन्य एकत्र आले. प्रतापची माहिती काढण्यासाठी दोघांनीही जंग जंग पछाडले. ज्या कुणाची त्यांना शंका येत असे, त्याची ते चौकशी करीत असत. त्याला त्रास देत असत. तरीही राणाचा पत्ता लागत नसे. मेकबेथ नाटकातील राजा लिअर प्रमाणे **It's here, It's there, It's no where** ही गोष्ट महाराणा प्रतापला लागू होत होती."

लाख प्रयत्न करूनही जगन्नात कछवाह महाराणा प्रतापला पकडू शकला नाही. याची चीड येऊन त्याने आपल्या मार्गात आलेला मेवाडचा सर्व प्रदेश उद्धवस्त करून टाकला.

अमरसिंगाची निराशा

वीर विनोदमध्ये एका घटनेचा उल्लेख करण्यात आला आहे. त्यावरून वनवासातील अडचणी आणि संकटामुळे युवराज अमरसिंग विचलित झाल्याचे स्पष्ट होते. एकदा प्रताप जंगलातील एका झोपडीत आपल्या काही सामंतासोबत बसले होते. शेजारच्याच झोपडीत अमरसिंग आपल्या पत्नीसह बसला होता. वनवासाला त्याची पत्नी कंटाळली होती. तिने आपल्या पतीला विचारले, की शेवटी कुठपर्यंत आपल्याला असेच जीवन जगावे लागणार आहे? याचा कधी शेवट होणार आहे की नाही? यावर अमरसिंग म्हणाला, की याबाबत मी काही करू शकत नाही. वडिलांसमोर याबाबत काही बोलण्याचे माझ्यात धाडस नाही.

महाराणा प्रतापने आपला मुलगा आणि सून यांच्यातील हा संवाद ऐकला. आपल्या मुलाची ही निराशा पाहून त्यांना खूप दुःख झाले. ते आपल्या सामंतांना म्हणाले,

"हे सरदारांनो, माझ्यानंतर मनापासून विश्रांती हवी असलेला हा अमरसिंग कधीही त्रास सहन करणार नाही. मुसलमानांनी दिलेली वस्त्रे घालून आदबीने फर्मान ऐकेल. तो सेवा चाकरी करणे मान्य करीन आणि आमच्या वंशाला आपल्या विश्रांतीसाठी कलंकीत करीन हे मला चांगल्या प्रकारे माहीत आहे."

वडिलांच्या तोंडून अशा प्रकारचे स्पष्ट शब्द ऐकून अमरसिंग खूपच लज्जीत झाला. तो महाराणा प्रतापाला काही म्हणाला नाही, पण मनातल्या मनात त्याने प्रतिज्ञा केली, की आपल्या जीवनाच्या अंतापर्यंत मोगलांची गुलामी स्वीकारणार नाही.

अमरसिंग आपल्या प्रतिज्ञेवर ठाम राहू शकला नाही, याला इतिहास साक्षी आहे. त्यामुळे शेवटी महाराणाने व्यक्त केलेली भविष्यवाणीच खरी ठरली. ज्या वंशाने देश, जाती आणि धर्मासाठी आपल्या प्राणांचीही पर्वा केली नाही असे राणा कुंभा, राणा हमीर, राणा सांगा आणि महाराणा प्रताप यांच्यासारखे राजे दिले, त्याच वशांतील अमरसिंगाने इ.स. १६१४ मध्ये तह केला.

महाराणाचे अकबराला पत्र : एक वादग्रस्त वास्तव

महाराणा प्रतापबद्दल अनेक दंतकथा प्रचलित आहेत. असे म्हणतात, की शाहबाज खानने आपल्या मोहीमेच्या वेळी मेवाडला उद्धवस्त करून टाकले होते. आपल्या लाडक्या मेवाडची अशा प्रकारे दुरावस्था झालेली पाहून अकबराची गुलामी स्वीकारण्यासाठी महाराणाने अकबराला एक पत्र लिहिले होते. कर्नल टॉडने राजपुतांच्या इतिहासात या घटनेचा उल्लेख करून लिहिले आहे, की हे पत्र अकबराकडे पोहचले. पहिल्यांदा तर त्याचा त्यावर विश्वासच बसला नाही. त्यामुळे खात्री करून घेण्यासाठी त्याने आपल्या दरबारी लोकांना याबाबत विचारले. त्यावर त्याचा एक दरबारी बिकानेरचे राजा पृथ्वीराज यांना खूप दुःख झाले. कारण सर्व राजपुतांची प्रतापवर खूप श्रद्धा होती. प्रतापाने अकबरासमोर झुकावे, असे त्यांना वाटत नव्हते. पृथ्वीराजने स्पष्ट सांगितले, की हे पत्र महाराणाचे असूच शकत नाही. त्यानंतर पृथ्वीराजने महाराणाला एक पत्र लिहिले. हे पत्र राजस्थानी भाषेतील एक कविता होते. त्याचा सार असा,

‘हिंदुंचा सर्व विश्वास एका हिंदुवर आहे. राणाने सर्वस्वाचा त्याग केला त्यामुळे आजही राजपुतांचा गैरव शिल्लक राहिला आहे. प्रतापने आपले सर्वस्व त्यागले आहे, आता तो आपला स्वाभिमानी सन्मानही विकायला निघाला आहे? बाजारात ज्यांनी राजपुतांचा सन्मान विकत घेतला आहे, तेही एके दिवशी संपणार आहेत. अशा वेळी राणा प्रतापद्वारेच आम्हाला आमचा सन्मान परत मिळणार आहे. त्या

दिवसाकडे राजस्थानमधील सर्व राजपुतांचे डोळे लागले आहेत.'

या पत्रामुळे प्रतापमधील स्वाभिमान पुन्हा जागा झाला आणि तो शेवटपर्यंत संघर्ष करीत राहिला.

तत्कालिन कोणाही इतिहासकाराने प्रतापच्या या पत्राचा उल्लेख केला नाही. टॉडच्या या वर्णनाला एका लोककथेचा आधार आहे. त्यामुळे बहुतेक सर्व इतिहासकारांनी या घटनेच्या सत्यतेवर संशय व्यक्त केला आहे. डॉ. गोपिनाथ शर्मा यांनी यावर प्रकाश टाकताना लिहिले आहे,

'राणाच्या बाबतीत आणखी एक लोककथा आहे. जी इतिहासाला मान्य नाही आणि ती अशी आहे, की शाही सैन्याच्या दहशतवादाला कंटाळून प्रतापने सम्राटाला क्षमायाचना करणारे पत्र पाठविले. ही कथा कर्नल टॉड यांनी बिकानेर मधील मौखिक परंपरेपासून घेऊन तिचा प्रचार केला. डिंगल साहित्यात राणा आणि बिकानेरचे पृथ्वीराज (जो कवी होता) यांच्यात तथाकथीत पत्रव्यवहार झाल्याचा उल्लेख आढळतो. ज्यामध्ये कुंवर पृथ्वीराज यांनी राणाकडे क्षमायाचनेबाबत विचारणा केली आहे. पत्राच्या उत्तरात राणाने पृथ्विराजला लिहिले आहे, की आपण कधीही सम्राटाकडे क्षमायाचना केली नाही. तसेच त्याच्या समोर झुकण्यासाठी आपण कधीही तयार होणार नाही. या पत्र व्यवहारातील भाषा इतकी भावनाप्रधान आहे की त्याचे लोककथेत रुपांतर झाले. या लोककथेतून कवितेची निर्मिती झाली की या कवितेच्या माध्यमातून लोककथा जन्माला आली, हे सांगणे खूप अवघड आहे. लोककथा इतिहासावर आक्रमण करूंन रोचक आणि कारूण्यपूर्ण वर्णनाला महत्त्व देतात, हे सर्वांनाच माहीत आहे. कोणीही समकालीन हिंदु वा मुस्लिम इतिहासकार प्रतापने लिहिलेल्या क्षमायाचनेच्या पत्राचा उल्लेख करीत नाही. असे झाले असते, तर मुस्लिम इतिहासकारांनी त्याबाबत नक्कीच लिहिले असते. कारण अशा घटनेची उपेक्षा केली जाणे शक्यच नव्हते. जर ती वास्तवात घडली असती."

आणखी एक वादग्रस्त प्रसंग

वरील पत्राप्रमाणेच दुसरा एक प्रसंग प्रतापच्या विपन्नावस्थेबद्दल आहे. असे म्हणतात, की इ.स. १५७९ मध्ये शाहबाज खानने मेवाडवर आक्रमण केले तेव्हा महाराणावर एखाद्या जंगली जनावराप्रमाणे जंगलात आणि वनात भटकावे लागले. यावेळी प्रतापची आर्थिक स्थिती अतिशय दयनिय झाली होती. त्याचे सर्व सहकारी

वनवासी झाले होते. त्यांच्याकडे खाण्यासाठीही काही नव्हते. त्यांना आणि त्यांच्या कुटुंबातील इतर काही सदस्यांना गवताच्या भाकरी खाव्या लागल्या. एकदा त्यांच्या मुलीच्या हातात एक रोटीचा तुकडा होता. एक जंगली प्राणी तो तुकडा घेऊन पळून गेला. ती रडू लागली. ही घटना पाहून प्रतापला खूप वाईट वाटले. त्यांच्या डोळयात पाणी आले. त्यामुळे त्यंचा संकल्प डळमळीत झाला आणि ते अकबराची गुलामी स्वीकारायला तयार झाले.

या घटनेचा उल्लेखही कोणत्याही ऐतिहासिक ग्रंथात वा मेवाड राजवंशावर लिहिलेल्या कोणत्याही काव्यात आढळत नाही. फक्त कर्नल टॉडने याचा उल्लेख केला आहे. टॉडला ही माहिती कुठून मिळाली आणि त्याने ती कशाच्या आधारे घेतली याचा त्याने उल्लेख केला नाही. सर्वात पहिली गोष्ट म्हणजे डोंगरी भागावर प्रतापचे नेहमीच प्रभूत्त्व राहिले. या डोंगरी भागात मधून मधून काही शेत जमिनही होती. त्याच बरोबर प्रताप इतके लोकप्रिय होते, की आसपासच्या गावातील लोक त्याला सहज हवी ती मदत करीत असत. त्यामुळे त्यांची आर्थिक स्थिती इतकी दयनिय होण्याचा प्रश्नच येत नाही. आपल्या पूर्वजांनी जमा करून ठेवलेले धन त्यांनी सोबत नेले होते. ते जर इतक्या दयनिय अवस्थेत असते, तर संधी मिळाल्यावर मोगल सैन्याचा सामना कसे करू शकले असते. शिवाय सर्वात महत्त्वाची बाब म्हणजे प्रतापला एकही मुलगी नव्हती. या कथेचा निरर्थकपणा सिद्ध करताना डॉ. गौरिशंकर हिराचंद ओझा लिहितात,

"... ही सर्व कथा अतिशयोक्तीपूर्ण आणि कपोल कल्पित आहे. कारण महाराणाला अशा प्रकारचे कोणतेही संकट सहन करावे लागले नाही. उत्तरेकडील कुंभलगड पासून दक्षिणेकडील ऋषभदेवपर्यंत (सुमारे ९० मैल) तसेच पूर्वेकडील देबारी पासून पश्चिमेकडील सिरोहीच्या सीमेपर्यंत सुमारे ७० मैल असा चौरस असलेला डोंगरी प्रदेश हा एका मागे एक असलेल्या पर्वत रांगांचा आहे. हा नेहमी महाराणाच्याच वर्चस्वाखाली होता. महाराणा, सामंतांचे कुटुंबीय असे सर्वजण सुरक्षितरित्या याच प्रदेशात राहत असत. गरज पडल्यावर त्यांच्यासाठी अन्न धान्य आणण्यासाठी गोडवाड, सिरोही, इडर आणि मालाव्याचे मार्ग मोकळे होते. वरील डोंगरी भागात पाणी आणि फळे असलेले वृक्ष मोठ्या प्रमाणात होते, तसेच मधोमध काही ठिकाणी

पठारी भूमीही होती. तिथे शेकडो गावे वसलेली होती. अशाच प्रकारे तिथे अनेक डोंगरी किल्ले आणि गड तयार करण्यात आले होते डोंगरावर हजारो मैलांच्या वसत्या होत्या. तिथे मक्का, भात, हरभरा अशी विविध पिके पिकत होती. असाच छप्पन आणि बासनी पासून थर्यावद आणि पुढचा प्रदेश महाराणाच्या अधिकाराखाली होता. फक्त मेवाडचा उत्तर पूर्व प्रदेशच मोगल सैन्याच्या अधिपत्याखाली होता. इतक्या मोठ्या डोंगरी भागाला वेढा घालण्यासाठी लाखो सैनिकांची आवश्यकता होती. ते आपल्या सर्व सरदारांसोबत अतिशय निर्भयपणे या जंगलात राहत होते. त्यांचे हजारो स्वामीभक्त आणि शूर भिल्ल लोक वानराप्रमाणे डोंगर चढण्या-उतरण्यात कुशल होते. शत्रू सैन्याची ४०-५० मैल दूर अंतरावरील बातमी ते सात आठ तासातच त्यांच्यापर्यंत पोहचवत असत. राणा आपल्या राजपुतासह त्या डोंगरी भागात दबा धरून बसत असत आणि संधी मिळताच शत्रूवर तुटून पडत असत. भिल लोक महाराणाची सेवा करण्याबरोबरच संधी मिळाल्यावर शाही सैन्याची रसद लुटत असत तसेच महाराणा आणि सरदारांच्या स्त्रियांचे रक्षणही करीत असत. याच कारणामुळे शाहबाज खान मेवाडमध्ये एकदाही जास्त काळ थांबू शकला नाही आणि मोठ मोठ्या ठिकाणी सैन्याच्या छावण्या उभारून परत गेला. महाराणा या ठाण्यावर हल्ला करून त्यांना नेहमी उठवित राहिले. कर्नल टॉडने महाराणाच्या संकटाचे ज्या प्रमाणे चित्र रेखाटले आहे, ते जर खरे असते, तर अबुलफजल सारखा पावलो पावली बादशहाची स्तुती करणारा आणि बारीकशी गोष्ट खूप मोठी करून लिहिणारा लेखक ही गोष्ट राईचा पर्वत करून लिहिता झाला असता. अकबरनामा किंवा फारशी इतिहासात कुठेही याचे वर्णन नाही. त्रास आणि संकटे सहन न करू शकल्यामुळे राणाने अकबराचे स्वामीत्व स्वीकारण्यासाठी पत्र लिहिल्याचा कुठेही उल्लेख नाही. ही गोष्ट खरीच आहे की जंगलात उदयपूर किंवा गोगुंदामधील राजमहालासारख्या सुख सुविधा तिथे नव्हत्या आणि शत्रूशी लढण्याची काळजी नेहमीच लागलेली होती. ”

प्रतापला कधीही आर्थिक संकटाचा सामना करावा लागला नाही. त्याचे पूर्वज राणा कुंभा आणि राणा सांगा ने अमाप संपत्ती मिळवून ठेवली होती. ही सर्व संपत्ती मेवाडवर बाहदूरशहाचे पहिले आक्रमण होण्याच्या आधीच चितौडमधून

हलविण्यात आली होती. त्यामुळे बाहदूरशहा किंवा अकबर असा कोणीही आक्रमण करणारा ती संपत्ती मिळवू शकला नाही. उदयसिंग आणि प्रताप यांना संपत्ती जमा करण्याची संधी मिळाली नव्हती, तरीही पूर्वजांनी मिळविलेलेहे धन त्यांनी सदैव सांभाळून ठेवले. मोगलाच्या आक्रमणाच्या वेळी ही संपत्ती भामाशहाच्या नियंत्रणाखाली गुप्त ठिकाणी दडवून ठेवण्यात आली होती. याचे सर्व विवरण त्याच्या वहीत होते आणि गरज पडल्यावर तो त्यातून खर्च भागवित असे. आपल्या मृत्यूच्या वेळी त्याने ही वही आपल्या पत्नीला दिली होती. तसेच ती अमरसिंगाकडे पोहचविण्यास सांगितले होते.

नंतर अमरसिंगाने जाहंगिरशी तह केला. या तहाच्या वेळी अमरसिंगाने शहजादा खुर्रम (नंतर बादशहा शाहजहां) याल एक लाल भेट दिला होता. त्याची त्या काळी साठ हजार रूपये किमत होती. (हा लाल राठोड राजा राव मालदेव याच्याकडे होता. त्याचा पुत्र चंद्रसेन याने संकटाच्या वेळी तो उदयसिंगला विकला होता.) याशिवाय शाहजादा खुर्रम दक्षिणेकडे जाताना उदयपूरला थांबला होता तेव्हा अमरसिंगाने त्याला पाच हत्ती, सत्तावीस घोडे, बहुमूल्य रत्न आणि रत्नाने जडविलेल्या दागिन्याची एक थाळी भेट दिली होती. ही गोष्ट वेगळी की खुर्रमने तीन घोड्यांशिवाय बाकी सर्व गोष्टी अमरसिंगला परत केल्या होत्या.

अमरसिंगानंतर त्याचा पुत्र जगतसिंग सिंहासनावर बसला. त्याने उदयपूर येथे जगन्नात मंदिर उभारले. त्यासाठी त्याने लाखो रूपये खर्च केले. त्याने कल्पवृक्ष दान केला. कल्पवृक्ष दान करताना फक्त रत्नांचा वापर करून कल्पवृक्ष तयार केला जातो. सुरूवातीला आपल्या प्रत्येक वाढदिवसाला तो आपली चांदी तुला दान करीत असे. इ.स. १६४८ पासून मात्र तो आपल्या वाढदिवसाला सोन्याचे तुला दान करीत असे. त्याच्या नंतर त्याचा मुलगा राजसिंग मेवाडचा राजा झाला. त्याने आपल्या अभिषेकाच्या वेळी इ. स १६५२ मध्ये एकलिंग मंदिरात रत्नाचे तुलादान केले. संपूर्ण भारतीय इतिहासात रत्नाचे तुलादान करण्याचे हे एकमेव उदाहरण आहे. त्याने राजसमुद्र सरोवर उभारले. त्यासाठी त्याकाळी जवळपास एक कोटी सहा लाख रूपये खर्च केले. या सर्व विवेचनावरून हीच गोष्ट सिद्ध होते, की मेवाड घराण्याची ही सर्व संपत्ती पूर्वसंचित होती. ती काही अमरसिंग, जगतसिंग किंवा राजसिंग यांनी आपल्या सामर्थ्याने मिळविली नव्हती. म्हणूनच मोगलाशी संघर्षाच्या

काळात महाराणा प्रताप विपन्न अवस्थेत होते, असे म्हणणे चूक आहे.

महाराणा प्रतापच्या बाबतीत आणखी एक गोष्ट सांगितली जाते. त्याने अशी प्रतिज्ञा केली होती, की सोन्या चांदीच्या भांड्याऐवजी तो फक्त पितळेच्या ताटातच जेवण करणार, गवताच्या अंथरूणावर झोपणार इ. या सर्व गोष्टी काल्पनिक असल्याचे सिद्ध करताना डॉ. ओझा लिहितात,

"उदयपूरच्या महाराणांची जेवणाची अशी पद्धत होती, की ते आधी जमीन स्वच्छ करून त्यावर धुतलेले पांढरे शुभ्र वस्त्र आंथरीत असत. त्यावर बाजोट (सहा पायाचे षटकोणी किंवा चार पायांचे चौकोणी चौरंग जे नऊ इंच उंच असत) ठेवले जात. त्यावर पान आणि पानावर थाळी ठेवली जात असे. कर्नल टॉड यांच्या मतानुसार हे पान वरील प्रतिज्ञेचा भाग नसून त्यांच्या जेवण पद्धतीचे चिन्ह आहे. प्राचीन काळी पानावरच जेवण केले जात असे. त्यांच्या आथरूणाखाली कधीही गवत घातले जात नसे."

दुसऱ्या एका दंतकथेनुसार गाडोलिया लोहारही महाराणाच्या प्रतिज्ञेशी जोडले जातात. हे लोक बैलगाडीवरून सामान वाहून नेत एका ठिकाणाहून दुसऱ्या ठिकाणी तंबू उभारून सतत फिरत असतात. चाकू, सुरे अशा वस्तू तयार करणारे हे कुटुंब राजस्थान, पंजाब, दिल्ली, उत्तर प्रदेश या ठिकाणी रस्त्याच्या कडेला तंबू ठोकून असलेले आढळतात. असे म्हणतात की प्रतापच्या काळात मेवाडवर मोगलांनी आक्रमण केले तेव्हा चितौड रिकामे करावे लागले. त्यावेळी हे लोक महाराणाच्या विजयापर्यंत फिरत राहण्यासाठी आपल्या घरातून बाहेर पडले आणि तेव्हापासून आतापर्यंत सतत फिरत आहेत. वास्तविक पाहता याला काही पुरावा नाही. त्यावेळी सर्वांनाच चितौड सोडावे लागले होते. त्यापैकी कोण्याही जमातीने अशा प्रकारचे भटके जीवन स्वीकारले नाही.

हळदी घाटातील युद्धानंतर महाराणाचा बहुतेक काळ हा जंगलातच व्यतीत झाला. हे जीवन हाच त्यांच्या भव्य इतिहासाचा परमोच्च बिंदू आहे. यातूनच त्यांचे अपूर्व देशप्रेम, कुशल राजनीती आणि अदभूत मनोबल तसेच उत्साह दिसून येतो. हळदी घाटीतील पराभव प्रतापने कधीही मान्य केला नाही. वास्तविक पाहता या पराभवापासून त्यांच्या युद्धनीतीचे एक नवीन प्रकरण सुरू होते. गोगुंदावर वारंवार

आक्रमण करून मोगलांना त्याच्या भोवतीच गुंतवून ठेवून मोगलांची शक्ती क्षीण करून त्यांचे मानसिक खच्चीकरण करीत होते. ते फक्त थांबविण्याचा प्रयत्न करीत नव्हते. त्यांनी कुंभलगड पासून सहाडा पर्यंत तसेच गोडवाडपासून आशींदपर्यंत सर्व डोंगरी प्रदेशात अतिशय विश्वासू आणि शूर भिलांना नेमले होते. जे अतिशय तत्परतेने आपले कर्तव्य पार पाडीत असत. त्यांच्या सहकार्यामुळेच शत्रू त्या भागात प्रवेश करू शकत नव्हता. तसेच शत्रूने तिकडे प्रवेश करण्याचा विचार केला तरीही महाराणाला त्याची आधीच माहिती कळायची. त्यामुळे ते तिथून दुसरीकडे जात असत.

मातृभूमीबाबतचे आपले कर्तव्य पार पाडण्यासाठी महाराणा प्रतापने आपल्या सुखकारक जीवनाचा त्याग केला होता. वनवासी जीवनातील अडचणीलाच त्यांनी आपल्या जगण्याचा एक अविभाज्य भाग केले होते. हा काही भित्रेपणा नव्हता, तर त्यांची ती कुशल नीती होती. त्यांच्या या नीतीमध्ये मोगलाशी सरळ लढत देणे महत्त्वाचे समजले जात नव्हते. याच कारणामुळे अतिशय शक्तिशाली असलेला मोगल सम्राट मेवाडवर आपली कायम स्वरूपी सत्ता स्थापन करू शकला नाही. या वनवासाच्या काळात आपल्या प्रजेशी त्यांचे अतिशय जिव्हाळ्याचे आणि आपलेपणाचे संबंध होते. त्यांचा खूप मोठा त्याग, कठोर शिस्त आणि कष्टमय जीवनाचा प्रजेवर प्रेरणादायी परिणाम होत असे. त्यामुळे लोकांच्या मनात त्यांच्याबद्दल श्रद्धा आणि भक्ती निर्माण झाली होती. जनतेचे प्रेम हेच कोणत्याही राजाच्या स्थैर्याचे खरे मर्म असते. हे तथ्य महाराणा प्रताप चांगल्या प्रकारे ओळखून होते. त्यामुळे ते एका ठिकाणाहून दुसऱ्या ठिकाणी जात असताना त्यांची प्रजा मोगलांच्या दंडाची आणि शिक्षेची पर्वा न करता त्यांच्या राहण्याची आनंदाने व्यवस्था करीत असे.

जून १५७६ पासून १५८५च्या उत्तरार्धापर्यंत महाराणा जंगलातच एका ठिकाणाहून दुसऱ्या ठिकाणी भटकत होते. तरीही त्यांनी मोगल सम्राटासमोर शरणागती पत्करली नाही. शेवटी त्यांचे दिवस बदलले. मोगल सम्राटाच्या मेवाड मोहिमा क्षीण होऊ लागल्या. त्यामुळे मेवाडला पुन्हा मोगलांच्या ताब्यातून मुक्त करण्यासाठी महाराणाने प्रयत्न करायला सुरूवात केली.

प्रकरण सहावे
परिणाम आणि अखेर

जगन्नाथ कछवाहलाही आपल्या मेवाड मोहिमेच पार मोठे यश मिळाले नाही. त्यामुळे महाराणा प्रतापला पकडणे किंवा त्याच्यावर आपली सत्ता स्वीकारण्यासाठी दबाव टाकणे शक्य नसल्यची मोगल सम्राटाची खात्री पटली. तसेच १५७९ ते १५८५ पर्यंत पूर्व उत्तर प्रदेश,बंगाल, बिहार आणि गुजरात मधील मोगलाच्या ताब्यातील भागात बंडाळी निर्माण झाली. परिणामी अकबर तिकडेच गुंतला. त्यानंतर उत्तर पश्चिम सीमा भाग आणि पंजाब मधील बंड मोडून काढण्यासाठी अकबराला जावे लागले. या कारणामुळे मोगलांचा मेवाडवरील दबाव कमी झाला. जगन्नात कछवाचे मेवाडवरील आक्रमण हे महाराणा प्रतापच्या काळातील मोगलांचे अखेरचे आक्रमण सिद्ध झाले.

ही सर्व परिस्थिती आपल्याला अनुकूल आहे, असे महाराणाला वाटू लागले. त्यांना आपले ध्येय जवळ आल्यासारखे वाटू लागले. ही सुवर्ण संधी प्रतापला गमवायची नव्हती.

हळदी घाटातील युद्धानंतर महाराणा प्रतापला हे कळून चुकले होते, की मेवाडला स्वतंत्र करण्यासाठी मोगलांची समोरा समोर लढणे पुरेसे होणार नाही. त्यासाठी शेजारील

राज्यांशी मैत्रीपूर्ण संबंध असणे आवश्यक होते. मेवाडवर मोगलाची सत्ता स्थापन झाल्यावर या राज्यांचे राज्यही सुरक्षित राहणे शक्य नव्हते. हीच गोष्ट लक्षात घेऊन प्रतापने त्यांच्याशी मैत्री वाढवायला सुरूवात केली. तसेच या राज्यावर मोगल सत्ता स्थापन होणे, मेवाडसाठीही धोकादायकच होते.

ईडर, सिरोही, डुंगरपूर, बुंदी आणि बांसवाडा हे प्रतापचे सहकारी राजे होते. कधी कधी ते मोगलाच्या बाजूने जात असले, तरीही अनुकूल परिस्थितीत प्रतापला त्यांचे सहकार्य मिळत असे. ईडरचा राजा राव नारायणदास प्रतापचा व्याही झाला होता. अशा प्रकारने प्रतापने मेवाडसाठी एक सुरक्षा साखळी बनविली होती.

राठौडावरील प्रभूसत्ता

प्रताप विरूद्ध मोगलांच्या मोहिमा सुरू होत्या आणि संधी मिळाली की प्रताप मोगलांना पळवून लावीत होता. प्रताप या युद्धात गुंतलेला पाहून काही अंतर्गत बंडकोर शक्ती आपली सामर्थ्य वाढवू लागल्या होत्या. छप्पनच्या राठोडांनी या संधीचा फायदा घेण्याचा प्रयत्न केला. त्यांनी मगरा जिल्ह्याच्या दक्षिण पश्चिम भागात आपले सामर्थ्य वाढवायला सुरूवात केली. महाराणासाठी हे नवीन संकट होते. याच वेळी जगन्नात कछवाही मेवाड मोहिमेवर होता. दुसऱ्या बाजूला राठौड बंडखोरी करायला सज्ज झाला होता. महाराणाने राठौरचे बंड मोडून काढणे आवश्यक समजले. त्यामुळे इ.स. १५८५ मध्ये ते मगराच्या दक्षिण पश्चिम भागाकडे निघाले. तिथे त्यांनी राठौडचा पराभव केला. त्यांचा नेता लूणा चावण्डिया पराभूत झाला आणि तिथे राणाची सत्ता आली. सराडा जवळील सूरखंड गावातील एका शीलालेखावर या घटनेचा उल्लेख करण्यात आला आहे.

बहुतेक मेवाडवर अधिकार

अकबर इतर ठिकाणी व्यस्त होताच मोगलांचा मेवाडवरील दबाव कमी झाला. त्यामुळे इ. स. १५८५ मध्ये मेवाडला स्वतंत्र करण्याचे आपले प्रयत्न वेगवान केले. अमरसिंगच्या नेतृत्त्वाखाली मेवाडची सेना आपल्या ध्येयाच्या दिशेने निघाली. या सैन्याने मोगल चौक्यावर हल्ले करायला सुरूवात केली. मोगल सैन्य पळू लागले आणि लवकरच उदयपूर, मोही, गोगुंदा, मांडल, पिंडवाडा यासारख्या

३६ महत्त्वाच्या ठिकाणी महाराणाची सत्ता स्थापन झाली. एका वर्षाच्या आतच उत्तर पश्चिमी, उत्तर पूर्व आणि मध्यवर्ती मेवाडमध्ये स्थापन झालेल्या सर्व मोगल चौक्या रिकाम्या झाल्या. फक्त चितौड, मांडलगड आणि त्याच्या उत्तर पूर्वेकडील भागच मोगलाच्या ताब्यात राहिला. महाराणा प्रताप सिंहासनावर विराजमान झाले तेव्हा जेवढ्या मेवाडवर त्यांची सत्ता होती, जवळपास तेवढा भाग आता त्यांनी ताब्यात घेतला होता. बारा वर्षे संघर्ष करूनही अकबर त्यात काहीही बदल करू शकला नाही.

त्यानंतर महाराणा प्रतापने मानसिंग आणि जगन्नात कछवाह यांना धडा शिकविण्यासाठी आमेर भागावरही आक्रमण केले आणि येथील एक संपन्न शहर मालपुरे लुटले. नष्ट केले. बांसवाडा आणि डुंगरपूरवर मोगलांची सत्ता स्थापन झाली होती, त्यामुळे प्रतापने ही दोन राज्येही जिंकून घेतली.

हा काळ मेवाडसाठी स्वर्णयुग ठरला. दीर्घकालीन संघर्षानंतर मेवाडला स्वतंत्र करण्यात महाराणाला यश मिळाले. या बाबतीत डॉ. गोपिनाथ शर्मा लिहितात,

"इ.स. १५८५ चा काळ हा प्रताप यांच्या विरोधी जीवनातील एक सुवर्ण काळ होय. या काळापर्यंत मोगलांची दहशत पसरली होती. जगन्नात कछवाहचे आक्रमण हे मेवाडवरील अखेरचे आक्रमण होते कारण सम्राटाचे लक्ष आता मेवाडवरून उत्तर पश्चिमी सीमेवरील प्रदेश आणि पंजाबमधील आवश्यक समस्याकडे वळले होते. या संधी काळात प्रतापने पुन्हा उत्तर पश्चिम, उत्तर पूर्व आणि मध्यवर्ती मेवाड भागातील मोगल चौक्यावर हल्ले करायला सुरूवात केली. त्याने कुमार अमरसिंगाच्या मदतीने मोही, गोगुंदा, मांडल. पिंडवाडा यासह ३६ ठिकाणाहून मोगलांना हद्दपार केले. मेवाडमधील मुख्य ठिकाणे प्रतापच्या ताब्यात आली होती."

ग़ोगुंद्यातील सभा

विजयाचा आनंद साजरा करण्यासाठी महाराणाने गोगुंदा येथे एका विशाल

सभेचे आयोजन केले. या सभेत महाराणा, त्याचे सामंत आणि सैनिक सहभागी झाले होते. यामध्ये संघर्षाच्या काळात महाराणीची मदत करणाऱ्या वीरांचा तसेच या युद्धात हुतात्मा झालेल्यां वीरांच्या वारसांना अनेक पुरस्कार देण्यात आले. मेवाडमधील अनेक भाग उजाड झाले होते, ते पुन्हा वसविण्याची यावेळी घोषणा करण्यात आली.

नवी राजधानी चावंड

याच काळात महाराणाने आपली नवी राजधानी चावंड उभारली. हा भाग छप्पनचा राजा चावंडिया याच्याकडून जिंकला होता. त्याच्याच चावंड गावाचे राजधानीत रूपांतर करण्यात आले. याच्या चारी बाजूला घनदाट आरण्ये आणि पर्वत रांगा होत्या. त्यामुळे सुरक्षिततेच्या दृष्टिने हे ठिकाणी राजधानीसाठी अतिशय उपयुक्त होते. चावंडच्या भोवताली कृषियोग्य जमिन मोठ्या प्रमाणात होती. हे ठिकाण सुरक्षेबरोबरच शांततामय काळासाठीही योग्य होते. त्याच बरोबर हे ठिकाण मेवडाच्या मित्रांपासून जवळ आणि मोगलाच्या पोहचण्यापासून दूर होते. त्यामुळे अशा सुरक्षित ठिकाणी आपली राजधानी उभारण्यामागे महाराणांचा नक्कीच दूरदृष्टिकोन होता.

चावंडमध्ये मोठ्या प्रमाणात निर्माण कार्य करण्यात आले. भव्य राजमहाल उभारण्यात आले. या महालांची बांधकाम शैली राणा कुंभा आणि राणा उदयसिंग यांच्या शैलीशी मिळती जुळती होती. हे बांधकाम करताना आकार, प्रकार आणि काळाची गरज या गोष्टी प्रामुख्याने लक्षात घेतल्या गेल्या. आजही या ठिकाणी असलेले भग्न अवशेष पाहून हे स्पष्ट होते, की याचे निर्माण करताना त्यावर युद्ध काळीतल भीतीचे प्रचंड सावट होते. प्रत्येक ठिकाणी सुरक्षितता आणि पक्केपणा यावर भर देण्यात आला होता.

राजमहालाजवळच सामंताची निवासस्थाने उभारण्यात आली होती. राजमहालाच्या तुलनेत येथील खोल्या थोड्या लहान असल्याचे आजही अवशेषावरून कळते. यामध्ये काही लहान खोल्या, चबुतरे आणि घोडशाला होत्या. घरावरील छत बांबू आणि केलू यापासून तयार केलेले होते. राजमहालाच्या समोर चामुंडा देवीचे मंदीर आहे. चावंडमधील स्थापत्य कलेबाबत डॉ. गोपिनाथ शर्मा यांनी लिहिले आहे,

''हे महाल मजबूतपणाच्या दृष्टिने आश्चर्यकारक होते. यांच्या निर्माण शैलीसाठी

उदयसिंग आणि कुंभाच्या काळातील बांधकाम शैलीची झलक आहे. येथील भग्नावशेषांमधील खोल्या आणि आवारांची रचना चितोड येथील महालांसारखीच आहे. फक्त आकार आणि प्रकाराबाबत काळाची गरज लक्षात घेऊन योग्य ते बदल केले आहेत. या महालांचे सर्वात मोठे वैशिष्ट्ये असे की त्यातून युद्ध काळातील भीषणता जाणवते. प्रत्येक ठिकाणी सुरक्षा, बचाव या गोष्टी लक्षात ठेवण्यात आल्या आहेत. संपूर्ण राजमहालाच्या स्वरूपावरून आपल्याला प्रतापच्या जीवनाची झलक दिसते. हे महाल म्हणजे युद्धकालीन स्थापत्ये कलेचे चांगले उदाहरण आहेत. ”

महाराणा प्रतापच्या मृत्यूनंतर अमरसिंगाने जहांगिरासोबत केलेल्या तहानंतर एक वर्षे म्हणेज १६१५ पर्यंत मेवाडची राजधानी चावंड होते. राजधानी नाही राहिले तरीही पुढील दोनशे वर्षे हे शहर साहित्य आणि कलेचे केंद्र होते. आठराव्या शतकात इथे लिहिलेले अनेक ग्रंथ याचा पुरावा आहेत. सध्या चावंड फक्त एक गाव म्हणून मागे उरले आहे. भग्नावशेष आजही तेथील गौरवशाली इतिहास सांगतात.

उद्धवस्थ ठिकाणांचे पुनर्निर्माण

आरावली पर्वताच्या आश्रयाला जाताना प्रतापने अनेक ठिकाणे उद्धवस्त केली होती. नंतर मोगलांनी प्रतापचा पाठलाग करताना प्रताप हाती लागला नाही म्हणून ही ठिकाणी पूर्णपणे नष्ट करून टाकली होती. मेवाड स्वतंत्र झाल्यावर या ठिकाणी पुन्हा वस्ती निर्माण करायला सुरूवात केली.

पीपली, ढोलान, टिकड ही ठिकाणे मोगल सैन्याने जाळून राख केली होती. ही पुन्हा वसविण्यासाठी शेतकऱ्यांना नवीन जमिनी देण्यात आल्या. ज्या शेतकऱ्यांच्या जुन्या जमिनी गायब झाल्या होत्या, त्यांना नवीन जमिनी देण्यात आल्या. व्यापार आणि उद्योगांना प्रोत्साहन देण्यात आले. शिक्षण आणि आरोग्याकडेही पुरेशा प्रमाणात लक्ष देण्यात आले. मेवाडमधील उजाड झालेली शेते लवकर पिकांसोबत डोलू लागली. राज्यात शांतता आणि सुव्यवस्था निर्माण झाली. मेवाडमधील लोक, स्त्रिया, मुले आणि वृद्ध सर्व जण निर्भयपणे जगू लागले. प्रातप एक उच्च आणि आदर्श चरित्राचा स्वामी होता. त्याचबरोबर आपल्या प्रजेवर त्यांचे खूप प्रेम होते. त्यांच्या राज्यातील सर्व लोक सुखाने राहू लागले होते. अमरसिंगाच्या काळात लिहिलेल्या एका काव्य ग्रंथात महाराणाच्या शासन काळातील सुव्यवस्था, प्रजेची

सुख शांतता आणि संपन्नतेचे चित्रण करताना कवीने लिहिले आहे,

"प्रातापने या काळात आपल्या राज्यात अशा प्रकारे सुख आणि शांतता निर्माण केली होती, की स्त्रिया आणि मुलांनाही कोणाची भीती उरली नव्हती. प्रजा चारित्र्यवान होती आणि नैतिकतेवर सर्वांची श्रद्धा होती. त्यामुळे राजाकडून कोणाला दंड किंवा शिक्षा करण्याचा प्रश्नच नव्हता. महाराणा प्रतापने आपल्या प्रजेच्या शिक्षणासाठी योग्य प्रकारे व्यवस्था केली होती. जमिन खूप पिकणारी होती. राज्यामध्ये कशाचीही उणीव नव्हती. सर्वांना दूध, दही, तूप, फळे आणि इतर अन्न धान्य पुरेशा प्रमाणात मिळत होते. या शांती काळात मेवाडमध्ये अनेक शहरे पुन्हा वसली. त्यामध्ये संपन्न आणि राजभक्त प्रजा नांदत होती.

महाप्रयाण

आपल्या वडिलांची सत्ता असल्यापासूनच महाराणा प्रताप मोगलांशी संघर्ष करीत होते. मेवाडला लागलेले मोगलांचे हे ग्रहण १५८५ मध्ये सुटले. त्यानंतर प्रताप आपल्या राज्यात सुख आणि शांतता निर्माण करण्याच्या मागे लागला. पण दुर्दैवाने सुमारे अकरा वर्षांनंतर १९ जानेवारी १५९७ला त्यांचे निधन झाले.

कर्नल टॉड यांनी केलेल्या वर्णनानुसार मृत्यूच्या वेळी महाराणा प्रताप यांना खूप असाह्य वेदना होत होत्या. त्यांचा जीव जात नव्हता. कदाचित त्यावेळीही त्यांना मेवाडच्या संरक्षणाची काळजी लागली असावी. त्यांच्या सामंतांनी त्यांना मेवाडचे रक्षण करण्याचे आश्वासन दिले तेव्हा त्यांनी आपला प्राण सोडला.

त्यांना कोणत्या आजारामुळे मृत्यू आला याबाबात ठामपणे काहीही सांगता येत नाही. याबाबत असे म्हणतात, की एके दिवशी शिकार करीत असताना बेसावधपणे त्यांच्या पायाला मार लागला. सतत सघर्षपूर्ण जीवन आणि कठोर परिश्रम यामुळे तसेही त्यांचे शरीर खूप दुर्बल झाले होते. त्यामुळे पायाला झालेल्या या जखमेमुळे ते आजारी पडले आणि काही दिवसांतच त्यांचा मृत्यू झाला. अबुलफाजलने अकबरनामामध्ये लिहिले आहे, की अमरसिंगाने महाराणाला विष दिले होते. त्यामुळे त्यांचे निधन झाले. अबुलफाजलने केलेल्या या वर्णनाचा समकालिन दुसऱ्या कोणत्याही इतिहासकाराने उल्लेख केला नाही. त्यामुळे त्याचे हे मत निराधार मानले जाते.

प्रतापचे निधन टॉडने लिहिले त्याप्रमाणे पीछोले येथील तंबत झाले नाही, तर चावंडमध्ये झाले. मृत्यूनंतर वंडोली गावातील एक तळयाच्या काठावर त्यांच्यावर अंत्य संस्कार करण्यात आले. या ठिकाणी राजाच्या कुटुंबासाठी स्मशान होते. चांडोलपासून बंडोली सुमारे दीड मैल अंतरावर आहे. तिथेच त्यांचे स्मारक म्हणून एक छोटाशी समाधी आहे. त्यावर आठ खांब असलेली एक छत्री आहे. या छत्रीवर नंतर इ.स. १६०१ मध्ये कोणीतरी त्यांच्या बहिणीबाबतचा एक शिलालेख लावला. त्यामुळे ही महाराणाची नसून त्यांच्या बहिणीची समाधी आहे, असा लोकांचा गैरसमज होत होता.

महाराणाच्या मृत्यूवर अकबराची प्रतिक्रिया

प्रतापच्या वैशिष्ट्यांचे वर्णन करताना ही गोष्ट समजून घेणे अतिशय आवश्यक आहे, की ते स्वतःही एक वैशिष्ट्ये होते. त्यांच्या समकालिन किंवा त्यांच्या बरोबरीच्या कोणत्याही राजाचे वागणे किंवा चारित्र्य अशा प्रकारचे नव्हते. किंवा इतर कोणाला अशी सफलताही मिळाली नाही.आपला असमान्य देशाभिमान, वीरता आणि चारित्र्यावरील ठामपणा यामुळे प्रताप भारतीय सांस्कृतिक परंपरेचे प्रतिक झाले होते आणि तिचे संरक्षकही.

अकबर हा महाराणा प्रतापचा सर्वात मोठा शत्रू होता. अर्थात त्यांच्यातील हा संघर्ष काही वैयक्तिक कारणामुळे नव्हता. खरं तर ही तत्त्वाची लढाई होती. साम्राज्यवादी असला तरीही अकबर गुणग्राहक होता. महाराणा प्रतापच्या निधनाने त्याला दुःख झाले. कारण मनापासून तो त्याच्या गुणांचे कौतुक करणारा होता. ही बातमी कळल्यानंतर अकबर अचानक स्तब्ध झाला. त्याची ही प्रतिक्रिया त्याच्या दरबारी लोकांपासून लपून राहिली नाही; पण कोणीही काहीही म्हणाले नाही. त्यावेळी अकबराचा एक दरबारी चारण दुरासा आढाने प्रतापबद्दल एका श्रद्धायुक्त कवितेचे वाचन केले. यामुळे चारण दुरासाला बादशहाचा संताप सहन करावा लागेल, असे सर्व दरबारी लोकांना वाटत होते. सर्वजण भीतीने घाबरून बादशहाच्या निर्णयाची वाट पाहत होते; पण असे काही झाले नाही. अकबराने चारणला आपल्या समोर बोलावले त्याला ती कविता (छप्पन) पुन्हा म्हणायला सांगितली. चारणने पुन्हा आपली कविता सादर केली, जी अशी होती,

अश लेगो अण दाग, पाग लेगो अण नामी ।
गो आडा गवडाय, जिको बहतो धुर बामी ।।
नवरोजे नह गयो, नगो आतशा नवली ।
न गो झरोखा हेठ, जेथ दुनियाण दहल्ली ।।
ग़हलोत राणा जीती गयो, दशन मूंद रशनां डसी ।
नीशास मूक भरिया नयण, तो मृत शाह प्रातप सी ।।

(मारवाडी भाषेतील या कवितेचा अर्थ अशा प्रकारचा आहे. ज्याने कधीही आपले घोडे शाही सैन्यात पाठवून त्यांना डाग लावला नाही. (शाही सैन्यात घोड्यांना डागले जात असे.) ज्याने कधीही आपली पगडी कोणासमोर झुकविली नाही, जो नेहमी शत्रुबद्दल व्यंगयुक्त कविता गात असे, जो संपूर्ण भारताची गाडी आपल्या डाव्या खांद्याने ओढण्यासाठी समर्थ होता, जो कधीही नवरोजमध्ये गेला नाही, जो शाही डेऱ्यात गेला नाही आणि ज्या अकबराच्या झरोख्याची प्रतिष्ठा जगभर पसरली होती, त्याच्याखाली तो कधीही आला नाही. असा गहिलोत (महाराणा प्रताप) विजयी होऊन मृत्यूच्या स्वाधीन झाला. त्यामुळे बादशहा अकबराच्या डोळ्यातही पाणी भरले असून त्याने आश्चर्याने आपली जीभ दाताखाली दाबून धरली आहे. हे प्रताप, तुझ्या मृत्यूने असे झाले आहे.)

ही कविता ऐकल्यानंतर अकबर चारणला म्हणाला की तू माझ्या भावना अतिशय योग्य प्रकारे व्यक्त केल्या आहेत. त्यावर त्याने चारणला बक्षिसही दिले.

एखाद्याच्या थोरपणाबद्दल याहून मोठा कोणता पुरावा असू शकतो, की त्याच्या शत्रूने त्याची स्तुती करावी. वास्तविक पाहता महाराणा प्रतापच्या मृत्यूमुळे फक्त मेवाडचाच नाही तर भारतीय इतिहासातील एक महत्त्वाचा अध्याय संपला होता. याबाबतीत डॉ. गोपिनाथ शर्मा यांचे खालील शब्द अतिशय उल्लेखनीय आहेत,

'प्रतापच्या मृत्यूमुळे एका युगाचा अंत झाला. राजपुतांच्या राजनीतिक व्यासपीठावरून एक योग्य आणि चमत्कारी व्यक्ती निघून गेला. आपल्या राजकीय दूरदर्शीपणामुळे त्यांनी आपल्या शेजारी राज्यांशी मैत्रपूर्ण संबंध प्रस्थापित करून अतिशय चतुराईने मोगलांचे लक्ष मेवाडवरून विचलित करून इतर राज्यांकडे वळविले. ही युक्ती यशस्वी झाली आणि मग मेवाडला राजस्थानकडे पाठविलेल्या विभाजित

सैन्याचाच त्रास सहन करावाल लागला. एक आशावादी असल्यामुळे त्याने सर्व घटना संतुलितपणे सहन केल्या. साहस आणि सफलतेच्या माध्यमातून त्याने आपल्या सैनिकांना कर्तव्यपारायणता शिकवली, आपल्या प्रजेला आशावादी होण्याची प्रेरणा दिली आणि शत्रूला आपल्या बाबत आदर व्यक्त करण्याची शिकवण दिली.'

हळदी घाटातील युद्धात पराभूत झाल्यानंतर महाराणा प्रतापने सदैव मोगलांशी संघर्ष केला, मेवाड विजयानंतर जानेवारी १५९७ मध्ये चावंडमध्ये त्यांचे निधन झाले याबाबत सर्व इतिहासकारात एक मत आणि एक वाक्यता असली तरीही श्री राजेंद्र बीडा यांनी आपले पुस्तक 'महाराणा प्रताप' मध्ये हळदी घाटातील युद्धात जखमी झाल्यानंतर लगेच महाराणाचा मृत्यू झाल्याचे सिद्ध करण्याचा प्रयत्न केला आहे. त्यांचे असे मत व्यक्त करणारा त्यांच्या पुस्तकातील संपादित अंश खालीलप्रमाणे आहे,

'हळदी घाटी युद्धानंतर (खरं तर याला खमनोर युद्ध म्हणणे जास्त संयुक्तिक होईल) महाराणा प्रताप जिंवत राहिले की नाही, याबाबत खरे तर काहीही सांगता येत नाही. हळदी घाटातील युद्धानंतर लगेच महाराणा प्रताप यांचे निधन झाले, असे इतिहासाच्या अनेक विद्यार्थ्यांना वाटते. कदाचित पीथल आणि राजा मानसिंग यांनी महाराणा मागे राहिले नव्हते तरीही ते जिवंत असल्याची गोष्ट प्रचलित ठेवली असावी.'

मोगलांनी सतत प्रयत्न करूनही महाराणा कधीच पकडले गेले नाहीत, याबाबत शंका व्यक्त करून श्री बीडा लिहितात,

'अकबराने या शोध मोहिमा घेऊनही महाराणा प्रतापचा पत्ता लागू शकला नाही, ही गोष्ट इतिहासाच्या विद्यार्थ्याच्या मनात संशय निर्माण करते की, हळदी घाटीच्या युद्धातच महाराणाचा मृत्यू झाला नाही ना? '

श्री बीडा यांनी वाटणारी शंका सत्य असू शकते, पण मोगलांना प्रताप सापडला नाही म्हणून तो जिवंतच नव्हता असे काही म्हणता येणार नाही. मोगल प्रतापालाच काय, पण त्याच्या एखाद्या सामंताला किंवा अमरसिंगालाही पकडू शकले नाहीत. म्हणून मग हे सर्वही त्या काळी जिवंत नव्हते, असा त्याचा अर्थ होत नाही.

श्री बीडा यांचे असे म्हणणे आहे, की हळदी घाटीच्या युद्धानंतर महाराणाने जो

काही संघर्ष केल्याचे सांगितले जाते, त्या सर्व योजना अमरसिंगाने राबवल्या, प्रतापने नाही. त्याचे असेही म्हणणे आहे की मानसिंग आणि अमरसिंगाने प्रताप जिवंत असल्याची कथा आपल्या वैयक्तिक स्वार्थासाठी रचली.

'महाराणा प्रतापचा मृतदेह न आढळणे आणि हळदी घाटीतील युद्धानंतर मानसिंगाने महाराणाचा पाठलाग न करणे, या दोन गोष्टी अशा आहेत, की ज्यांनी २० वर्षे प्रतापचे भूत जिंवत ठेवले. याबाबतीत असे म्हणणे अप्रासंगिक ठरणार नाही, की अशा प्रकारे बिरबलाची मृतदेह न आढळल्यावर अकबराच्या समोर अनेक बिरबल उभे करण्यात आले होते.'

जे काही असेल ते असो, हळदी घाटातील युद्धानंतर लगेच महाराणा प्रताप यांचा मृत्यू झाल्याचे सिद्ध होत नाही, तोपर्यंत तरी त्यांचा मृत्यू १५९७ मध्ये झाल्याचेच मान्य करावे लागणार आहे.

महाराणाचे पुत्र

महाराणा प्रतापला अकरा राण्या होत्या. त्यांच्यापासून त्यांना १७ मुले झाली होती. त्यांच्या राण्या आणि त्यापासून झालेले पुत्र यांचे विवरण असे आहे,

	राणी	**पुत्र**
१.	महाराणी अजबादे पंवार	अमरसिंग आणि भगवानदास
२.	महाराणी सोलंखिणीपूर बाई	सहसा आणि गोपाल
३.	महाराणी चंपाबाई झाली	कचरा, सांवलदास आणि दुर्जनसिंग
४.	महाराणी जसौदाबाई चौहाण	कल्याणदास
५.	महाराणी फुलबाई राठौड	चांदा आणि शेखा
६.	महाराणी शहामतीबाई हाडा	पूरा
७.	महाराणी खीचन आशाबाई	हाथी आणि रामसिंग
८.	महाराणी अलमदेबाई चौहाण	जसवंतसिंग
९.	महाराणी रत्नावतीबाई परमार	माल
१०	महाराणी अमरबाई राठोड	नाथा
११.	महाराणी लाखाबाई राठोड	रायभाणा

हे विवरण वीर विनोदच्या आधारे देण्यात आले आहे. राणीच्या नावासोबत आलेले जातिवाचक शब्द बहुतेक त्यांचा पितृपक्ष सूचित करणारे असावेत. महाराणा

प्रतापला एकही मुलगी नव्हती, असे इतिहासकारांचे म्हणणे आहे.

अशा प्रकारे एक युग निर्माता, युग पुरूष महाराणा प्रताप मोगलांशी सतत संघर्ष करीत राहिले. या संघर्षाच्या काळात त्यांनी स्वतः कधी क्षणभर विश्रांती घेतली नाही की आपला विरोधक अकबराला सुखाने राहू दिले नाही. अकबराच्या विशाल साम्राज्याची शक़्तीही त्यांचा सकंल्प डळमळीत करू शकली नाही. त्यामुळेच ते शेवटी आपल्या संघर्षात यशस्वी झाले. विजयानंतर त्यांनी मेवाडमधील सर्व समस्या सोडविल्या. नवीन राजधानी चावंडची निर्मिती हे त्यांच्या कलाप्रेमाचे प्रतिक आहे. काळाने फारच थोड्या कालावधीत मेवाडपासून त्यांना हिरावून नेले. त्यांच्या गुणांमुळे प्रभावित होऊन शत्रूही त्यांचे गुणगाण करीत असत.

प्रकरण सातवे
मूल्यांकन

महाराणा प्रतापचे नाव घेतले की आपल्या मनात देशप्रेम, स्वातंत्र्याचा उपासक, शौर्याच्या तेजाने तळपणारा चेहरा, लांब मिशा आणि हातात भाला घेऊन घोड्यावर बसलेल्या वीराचे चित्र डोळयासमोर येते. प्रत्येक भारतीय त्यांच्याबद्दल आपली श्रद्धा व्यक्त करून त्यांना स्वातंत्र्यासाठीच्या संघर्षाचे प्रतिक समजतो. याशिवाय त्यांच्या चारित्र्यात कुशल राजनीतीज्ज्ञ, आदर्श संघटक यासारखे सर्व गुण आढळून येतात. इथे त्यांच्या या सर्व गुणांवर एक दृष्टिक्षेप टाकला आहे.

स्वातंत्र्याचा उपासक

स्वातंत्र्य नसेल, तर सर्व सुख सुविधा अर्थहीन असतात आणि स्वातंत्र्य अबाधित असेल, तर वनवासही समाधानकारक आणि आनंददायी असतो. प्रतापच्या जीवनाचा हाच मूलमंत्र होता. हाच विचार समोर ठेवून त्यांनी जीवनभर संघर्षाचा मार्ग स्वीकारला. त्या काळी बहुतेक सर्व हिंदु राजांनी आपले मुकूट सम्राट अकबराच्या पायाशी अर्पण केले होते. त्याच्या बदल्यात त्यांना जीवनातील सर्व सुख सुविधा मिळाल्या होत्या. तसेच मोगल दरबाराना सन्मानाची पदे मिळाली होती. प्रतापने

ठरविले असते, तर तेही अशा प्रकारे सुखमय जीवन जगू शकले असते; पण त्यांनी तसे केले नाही. त्यांनीही तसे केले असते, तर आज प्रताप प्रताप राहिला नसता. तोही मोगलाच्या सेवेशी आपले जीवन अर्पण करणाऱ्या इतर राजपूत राजांप्रमाणे विस्मृतीत गेला असता.

भारतीय संस्कृती आणि आपल्या स्वाभिमानाच्या रक्षणासाठी त्यांनी वनवासी होणे स्वीकारले, पण दिल्ली दरबारात जाण्याची कल्पनाही केली नाही. त्यांच्या याच वैशिष्ट्याबद्दल आपली श्रद्धा व्यक्त करताना डॉ. रघुवीरसिंग लिहितात,

'भारताच्या राजकीय, धार्मिक आणि सांस्कृतिक एकतेसाठी प्रयत्न करणाऱ्या अकबराऐवजी आपल्या मेवाडसारख्या छोट्याशा राज्याचे स्वातंत्र्य अबाधित ठेवण्यासाठी बलिदान करणारे प्रताप भारतीय स्वातंत्र्य सैनिकासाठी नेहमीच आदर्श राहिले.'

स्वातंत्र्याच्या रक्षणासाठी प्रतापला कठोर संघर्षाचा मार्ग स्वीकारावा लागला होता. एका ठिकाणाहून दुसऱ्या ठिकाणी लपत राहणे आणि संधी मिळाली की शत्रूवर आक्रमण करणे, हेच त्यांचे जीवन झाले होते. त्यांनी आपल्या या संघर्षाला मेवाडच्या लोकसंघर्षाचे स्वरूप देण्यात यश मिळविले. त्यामुळे त्यांना आपल्या प्रजेचा सक्रिय सहभाग मिळाला. मोगलांनी वापरलेले साम, दम, दंड, भेद सर्व काही वाया गेले. प्रतापच्या एखाद्या व्यक्तीने देशद्रोह केल्याचे या काळात एकही उदाहरण आढळून येत नाही.

जनशक्ती आणि धनशक्ती हेच काही सर्वस्व असू शकत नाही, असा विचार करण्यासाठी त्यांनी मोगल सम्राटाला भाग पाडले. माणसाचे आत्मबल उच्च असेल, तर तो कोणत्याही संकटाचा सहजपणे सामना करू शकतो आणि आपले स्वातंत्र्य सुरक्षित ठेवू शकतो. प्रताप स्वातंत्र्याचे परम उपासक होते. ते स्वातंत्र्यासाठीच जीव जगले आणि सदैव स्वतंत्र राहिले. मोगलासोबत झालेल्या युद्धात खरं तर त्यांचा पराभव झाला होता, पण त्यांनी हा पराभव कधीही स्वीकारला नाही. त्यांनी जर पराभव स्वीकारला असता, तर संघर्षाचा मार्ग सोडला असता त्यामुळेच हल्दी घाटीच्या किंवा दुसऱ्या कोणत्याही युद्धात ते पराभूत झाले असे म्हणणे चूक आहे.

कुशल संघटक

कुशल संघटकत्त्व हेही महाराणा प्रतापाचे आणखी एक महत्त्वाचे वैशिष्ट्ये होते.

त्यांच्या जीवनातील बराच मोठा भाग जंगलात आणि डोंगरात व्यतीत झाला. जंगलातील गुहा आणि दऱ्या त्यांच्यासाठी राजमहाल झाल्या. त्यांच्याकडे कुशल संघटकत्त्व असल्यामुळे वनवासी भिल्लांनीही त्यांच्या स्वातंत्र्ययुद्धात अपूर्व योगदान दिले. या वनवासी लोकांना जंगलाची खडा न खडा माहिती होती. त्यांना भिल्लाचे सहकार्य मिळाले नसते, तर कदाचित महाराणा प्रतापला मिळालेले यश मिळाले नसते. काहीही असो, भिलांचे यशस्वी संघटन करून त्यांनी त्यांचा पुरेपूर फायदा घेतला. हे भिल्ल त्यांच्यासाठी गुप्तचरांचे कार्य करीत असत. सैनिकांचे आणि रखवालदारांचेही काम करीत असत.

याच्या बरोबरीने मोगलांशी संघर्षाच्या काळात प्रतापने आपल्या शेजारी राज्यांशी नेहमी मैत्रीपूर्ण संबंध ठेवण्यासाठी प्रयत्नशील होते. यातही त्यांना सफलता मिळाली. त्यांच्या संघटन कौशल्याबाबत श्री राजेंद्रशंकर भट्ट यांनी लिहिले आहे,

'मोगल सम्राटाचा विरोध करण्यासाठी प्रतापने आपले संघटन तर निर्माण केलेच; पण त्याचबरोबर आपल्या जवळच्या राजांशी चांगले संबंध निर्माण करून या स्वातंत्र्य युद्धात आहुती देण्यासाठी त्यांना तयार केले. त्यामध्ये हिंदु मुसलमान असा काहीच प्रश्न नव्हता. हे युद्ध काही हिंदू आणि मुसलमान यांच्या मधील युद्ध नव्हते. हा तर साम्राज्यावाद आणि स्वातंत्र्य यांच्यातील संघर्ष होता. प्रतापच्या समर्थकात मुसलमान राजेही होते, हे यावरून सिद्ध होते. अकबराच्या हल्ल्यामुळे एखाद्या राज्याशी मैत्री संपुष्टात आली तरी ते लगेच दुसऱ्या राजाशी मैत्री करीत असत. एकदा प्रतापचा सहकारी झालेला राज अकबराच्या गटात जाऊनही पुन्हा संधी मिळाल्यावर प्रतापला मदत करीत असे.'

प्रतापची युद्धनीती

हळदी घाटाच्या युद्धात पराभव झाल्यामुळे बहुतेक लोक राणा प्रतापच्या युद्धशैलीवर टीका करतात. त्यांची युद्धनीती सदोष असल्याचे मत व्यक्त करतात. हे काही पूर्ण सत्य नाही. या युद्धानंतर प्रतापने छापामार युद्धनीतीचा स्वीकार केला होता. तेच त्याच्या यशाचे कारण झाले. याच नीतीच्या सहाय्याने त्यांनी अकबरासारख्या शत्रूलाही एक दशकाहून अधिक काळ परेशान केले. हेच वास्तव रेखांकित करताना डॉ. गोपिनाथ शर्मा लिहितात,

'हळदी घाटाच्या लढाईतील पराभवाला प्रतापने कधीही आपला पराभव मानले नाही. या पराभवानंतर त्यांनी जंगलातील जीवन आणि युद्धनीतीचे एक नवीन प्रकरण सुरू केले. गोगुंद्यामध्ये मोगल सैन्याला रोखणे, हा त्यांच्या याच नीतीचा भाग होता. प्रतापच्या छापामार नीतीने मोगल सैन्याला निराश केले होते, हा त्याचाच परिणाम होता. त्याने कुंभलगड पासून सहाडापर्यंत आणि गोडवाड पासून आसींद आणि भैंसरागड पर्यंत सर्व डोंगरी भागातील नाक्यावर भिलांमधील विश्वासू नेत्यांना नेमले होते. ते रात्रंदिवस मेवाडचे रक्षण करीत असत आणि कोणीकडून शत्रू प्रवेश तर करीत नाही ना, हे पाहत असत. भिल्लांच्या या तुकड्यांसोबत इतर सैनिकही असत. जे मोगलांना मेवाडमध्ये प्रवेश करण्यापासून रोखत असत. ही संपूर्ण व्यवस्था यशस्वी करण्यासाठी महाराणा प्रतापला सुखमय जीवनाचा त्याग करावा लागला. ते डोंगर दऱ्यातून आपल्या कुटुंबासह फिरत होते. जीवनातील गैरसोयी आणि अडचणींना त्यांनी आपल्या जीवनाचा अविभाज्य भाग बनविले. कधी ते एका पहाडी भागात रहात तर कधी दुसऱ्या. या पद्धतीत जोरदार लढाई करण्याला महत्त्व नसते. याचा परिणाम असा झाला, की मैदानावरील लढाईचा सराव असलेल्या मोगल सैन्याला या पद्धतीने युद्ध करता आले नाही.'

त्यांच्या युद्धनीतीमध्ये शत्रूचा थेट सामना करणे योग्य समजले जात नसे. त्याऐवजी शत्रूच्या दळणवळणाच्या मार्गात अडथळे निर्माण करणे, लपून शत्रूवर हल्ला करणे आणि पळून जाणे अशा रणनीतीचा वापर केला जात असे. अशा प्रकारच्या प्रणालीचा वापर करणे, हे क्रांतिकारी होते. नाही तर राजपूतांमध्ये अशी पद्धत होती, की पराभव नक्की असेल, तर बलिदान करा. प्रतापने या आत्मघातकी तत्त्वाला तिलांजली देऊन कुशल रणनीतीचा परिचय करून दिला.

आदर्श शासक

एका आदर्श राजासाठी लागणारे सर्व गुण महाराणा प्रतापामध्ये होते. आपल्या देशावरील देवाच्या सत्तेचे रक्षण करणे हे कोणत्याही राजाचे पहिले आणि पूण्याचे कार्य आहे. प्रतापशिवाय कोणीही व्यक्ती योग्यतेच्या या कसोटीवर उतरू शकली

नाही. आपल्या राज्याच्या रक्षणासाठी शेजारी राजांशी मैत्रिपूर्ण संबंध स्थापन करणे, अथवा येण केण प्रकारे त्यांना आपल्या बाजूने वळविणे, हे राजाच्या योग्यतेचे एक अविभाज्य अंग आहे. इतिहास साक्षी आहे, की विपरित परिस्थितीतही प्रताप सदैव यासाठी प्रयत्न करीत राहिला. मोगलांशी आपला संघर्ष सुरू असलेल्या काळातही त्याने राजस्थानमधील आपले शेजारी राज्ये, ईडर, सिरोही यांच्याशी त्याने आपले राजनैतिक संबंध निर्माण केले होते. ईडरचा नारायण दास तर सम्राट अकबराचा मित्र होता, तरीही प्रतापने त्याला आपल्या बाजूने केले होते. प्रतापच्या सांगण्यावरूनच त्याने शक्तिशाली मोगल साम्राज्या विरूद्ध बंड पुकारले. सिरोहीच्या राव सूरत्राण याला आपल्या बाजूने केले होते आणि आपल्या मदतीसाठी त्याला पाचारणही केले होते. जोधपूरचे राव चंद्रसेन यांना आपल्या बाजूने करणे, हे प्रतापचे खूप मोठे राजकीय कौशल्य होते. याच चंद्रसेनने नाडौलमध्ये मोगल सम्राटाच्या विरूद्ध बंड केले होते. यामागेही प्रतापची प्रेरणा होती, हे स्पष्ट आहे.

मेवाडच्या स्वातंत्र्यानंतर प्रतापचे एक नवीनच रूप आपल्या समोर येते. दीर्घ संघर्षानंतर मेवाडला स्वातंत्र्य मिळाले होते. मोगलांशी संघर्षाच्या काळात मेवाड उद्धवस्त आणि विराण झाला होता. त्यामुळे प्रतापने आपले सर्व लक्ष या समस्या सोडविण्यावर केंद्रित केले. त्याने चावंडला आपली राजधानी केले. तिथे सुंदर इमारती उभारल्या. या इमारतींचा खंबीरपणा अदभूत स्वरूपाचा आहे. याच्या निर्माण शैलीत राणा कुंभा आणि राणा उदयसिंग यांच्या निर्माणशैलीचा मिलाफ आहे. यामध्ये युद्ध काळातील भीषणता स्पष्ट स्वरूपात आढळून येते. सर्व प्रकारचे निर्माण करताना त्याने आकार, प्रकार आणि काळाची गरज याला अधिक महत्त्व दिले होते. येथील भग्नावशेष तेथील कुशल स्थापत्याची कथा आजही कथन करतात.'

श्री गोपिनाथ शर्मा यांनी आपल्या 'मेवाड मोगल संबंध' या पुस्तकात लिहिले आहे,

'चावंडचा महिमा या भग्नावशेषात अमीट स्वरूपात दडलेली आहे. यात काहीही संशय नाही. याच्या बरोबरीने इथे ललीत कला, व्यापार आणि उद्योग तसेच शिक्षण या क्षेत्रातही प्रगती झाली. महाराणा प्रताप आणि अमरसिंगाच्या काळात इथे संस्कृत भाषेच्या विकासाला खूप मोठे सहकार्य करण्यात आले. त्या काळातील कतिपीय ग्रंथात तसे नमूद करण्यात आले आहे. चित्रकलेच्या बाबतीत मेवाडी

चित्रकलेची सुरूवात इथूनच झाली, असे म्हटले तर ती अतिशयोक्ती होणार नाही. भागवतात काही चित्र पहायला मिळतात, जे एक मुस्लिम चित्रकार सिलाहाद्दीनने काढले होते. या चित्रात मेवाडी शैलीचे सुंदर रूप पहायला मिळते. यामध्ये मानसिक भाव दाखविण्याबरोबरच नैसर्गिक वस्तूही चित्रित करण्यात आल्या आहेत. रंगामध्ये साधेपणा आणि गडदपणा आहे. मेवाडी चित्रकलेची सुरूवात चावंडपासून झाल्याचेच या चित्रावरून स्पष्ट होते.

संघर्षासाठी जंगली जीवन स्वीकारल्यानंतर महाराणा प्रतापने राज्याचा काही भाग रिकामा केला होता. या ठिकाणांना नंतर मोगल आक्रमकांनी उद्धवस्त करून टाकले होते. मेवाड स्वतंत्र झाल्यावर हा भाग पुन्हा उभारणे हे प्रतापने आपले कर्तव्य समजले. पीपली, ढोलान, तिकड ही गावे पुन्हा वसविण्यात आली. ही गावी पुन्हा हिरवी गार करण्यासाठी शेतकऱ्यांना नवीन जमिनी देण्यात आल्या. जुन्या मालकांचे बहुतेक जमिनीचे पट्टे नष्ट झाले होते अथवा जाळून टाकण्यात आले होते, त्यांना नवीन पट्टे देण्यात आले. यामुळे मेवाडच्या अर्थव्यवस्थेत नवीन प्राण फुंकला गेला. सामान्य जनजीवन, उद्योग व्यवसाय हळूहळू पूर्वपदावर येऊ लागले.

राजनीतीचे आचार्य विष्णुगुप्त कौटिल्य याने योग्य राजा सदैव क्रियाशील असणारा, संकटाच्या वेळी धीर धरणारा, चांगल्या चारित्र्याचा, वीर- विद्वांनाचा सन्मान करणारा असावा अशी लक्षणे सांगितली आहेत. महाराणा प्रतापमध्ये ही सर्व लक्षणे आढळून येतात. सतत क्रियाशील राहणे आणि संकटाच्या काळात शांत चित्ताने राहणे या गुणांमुळे ते इतका दीर्घकाळ संघर्ष करू शकले. शेवटी आपले ध्येय साध्य करण्यात यशस्वी झाले. प्रतापच्या उज्ज्वल चारित्र्याचा अभ्यास केल्यावर कुठेही त्यांच्या चारित्र्याला काळिमा लागेल असे कृत्य त्यांच्या हातून घडल्याचे आढळून येत नाही. या गुणांचा त्यांचे वडील उदयसिंग आणि मुलगा अमरसिंग यांच्यातही अभाव होता. उदयसिंगाने अलवरचा राजा हाजी खान याला वाईट काळात मत केली होती आणि आपल्या या मदतीच्या बदल्यात त्याची प्रेमिका मागायला ते विसरले नव्हते. सर्व सामंतानी याचा विरोध केल्यावरही त्यांनी हाजी खानवर आक्रमण केले होते आणि या युद्धात त्यांना पराभव स्वीकारावा लागला होता. अमरसिंगाने तर विषयासक्तीच्या मागे लागून कृतघ्नपणाच्या सर्व सीमा पार केल्या होत्या. भामासिंग आणि त्याचा भाऊ तारासिंग याने संकटाच्या वेळी निरपेक्ष भावनेने महाराणाची सेवा आणि मदत केली होती.

महाराणा प्रतापच्या निधनानंतर मेवाडच्या गादीवर अमरसिंग बसला. त्यावेळी ताराचंद गोडवाडचा सामंत होता. त्याने एक अद्वितीय सुंदरी आपली रखेली म्हणून ठेवली होती. अमरसिंगाने तिच्या सौंदर्याविषयी ऐकल्यावर तिची मागणी केली. ताराचंदाने ही मागणी धुडकावून लावली. संतप्त झालेल्या अमरसिंगाने ताराचंदला उदयपूरला बोलावून त्याची हत्त्या केली.

याउलट महाराणा प्रताप उज्ज्वल चारित्र्याचे स्वामी होते. इंद्रिय विजयी व्यक्ती आपल्या सर्व इच्छा पूर्ण करून घेत असतो. ही शिकवण लक्षात ठेवून प्रतापने नेहमी आपले चारित्र्य उच्च राखले. राजाचे चारित्र्य चांगले नसेल, तर प्रजा त्याच्या समोर त्याचा विरोध करू शकत नसली तरीही या अवगुणामुळे हळूहळू बंड जन्माला येत असते, ही गोष्ट त्यांना चांगल्या प्रकारे माहीत होती. खानखानाच्या कुटुंबियाना अमरसिंगाने बंदी बनविले होते. ही बातमी कळाल्यावर महाराणाने अमरसिंगाला आदेश दिला की बंदी महिलांसोबत कोणत्याही प्रकारचे गैरवर्तन करू नका. त्यांना सन्मानपूर्वक त्यांच्या घरी पोहचवा. असा आदेश देऊन महाराणाने आपल्या उच्च चारित्र्याचा आदर्श घालून दिला होता.

देशासाठी त्याग करणाऱ्या विरांचा सन्मान करणे, वास्तविक पाहता देशाचा सन्मान करण्यासारखेच असते. प्रतापच्या जीवनातील बहुतेक काळ संघर्षातच व्यतीत झाला असला, त्यामुळे आपल्या वीर यौद्ध्यांचा सन्मान करायला त्यांना खूप कमी वेळ मिळाला. मेवाड स्वतंत्र झाल्यावर त्यांनी एक विशाल सभा बोलावली, त्यामध्ये मेवाडच्या स्वातंत्र्यासाठी संघर्ष करणाऱ्या वीरांचा आणि हौतात्म्य पत्करलेल्या वीरांच्या वारसांचा अनेक प्रकारे सन्मान करण्यात आला.

प्रतापच्या राजकारणात धार्मिक संकुचितपणाला काहीही जागा नव्हती. धार्मिक आधारावर प्रतापने कोणाच्या बाबतीत पक्षपातीपणे वर्तन केल्याचे एकही उदाहरण आढळून येत नाही. वास्तविक पाहता मोगलांशी त्याचा संघर्ष आपल्या राज्याच्या स्वातंत्र्यासाठी होता. या संघर्षाला हिंदू- मुस्लिम संघर्ष असे म्हटले जाऊ शकत नाही. ही किती आश्चर्याची गोष्ट होती, की हळदी घाटातील युद्धाच्या वेळी मोगल सैन्याचा सेनापती मानसिंग एक हिंदू (राजपूत) होता आणि मेवडच्या हरवल तुकडीचा सेनापती हकिम खान सूर एक मुसलमान होता. वास्तविक पाहता ही तत्त्वाची लढाई होती. एकीकडे मोगल साम्राज्याचा अहं होता, तर दुसरीकडे आपल्या

मेवाड राज्याच्या संरक्षणाची भावना होती. त्यामुळे त्याने मोगल साम्राज्याला आव्हान दिले होते.

हे ऐतिहासिक सत्य स्पष्ट करताना डॉ. रामप्रसाद त्रिपाठी आपल्या 'राईस अँड फॉल ऑफ मुगल्स' या पुस्तकात लिहितात,

'राणा प्रताप याचे शौर्य, उत्कट देशप्रेम, त्रास सहन करण्याची क्षमता आणि त्यागाला अनेक आधुनिक लेखकानी अशी अनेक तथ्ये झाकून टाकण्याचा प्रयत्न केला आहे, हे वास्तविकतेपासून दूर आहे. अबुलफजल आणि इतर काही फार्शी लेखकांनी वीर प्रतापची अवहेलना केली आहे. तर इतरांनी अकबर आणि मानसिंगाची निंदा केली आहे. हा काही हिंदू- मुसलमान यांच्यातील संघर्ष नव्हता. त्याचा इथे प्रश्नच निर्माण होत नाही. हा तर सरळ सरळ मोगल साम्राज्य आणि मेवाड यांच्यातील संघर्ष होता. असे नसते, तर प्रतापने आपल्या एका सैन्याच्या तुकडीचे नेतृत्त्व हकीम खान सूरकडे सोपविले नसते आणि अकबराने आपल्या सर्व सैन्याचे नेतृत्त्व मानसिंगावर सोपविले नसते. अकबराला ज्या भावनेने मालावाच्या बाजबहाद्दूर यास, गुजरातच्या मुजफ्फरला, बंगलाच्या दाऊदला, सिंधच्या मिर्जा जानीवेगला आणि काश्मिरमधील युसुफला पराजित करण्यासाठी प्रेरित केले होते, त्याच भावनेने त्याला मेवाडशी संघर्ष करण्याची प्रेरणा दिली होती. समजा मेवाडचा राजा एखादा मुसलमान असती तरीही अकबराने हेच केले असते. राजकारणाशिवाय मेवाडवर अतिक्रमण करण्यामागे दुसरे काही कारण होते, याचा दुसरा काहीही पुरावा आढळून येत नाही. साम्राज्यवादाला योग्य समजा की अयोग्य, पण तो अमान्य केला जाऊ शकत नाही. हिंदू आणि मुसलमान यांनी त्याला तशी मान्यता दिली होती, जशी युरोपियनांनी दिली होती.'

डॉ. धीरेंद्रस्वरूप भटनागर याविषयी अधिक स्पष्टपणे लिहितात,

'प्रतापच्या धोरणात संकुचितपणा नव्हता. त्याची लढाई तत्त्वाची लढाई होती. त्याचे इस्लामशी शत्रुत्त्व नव्हते. हळदी घाटातील युद्धात त्याच्या अर्ध्याहून अधिक सैन्याचे संचालन हकीम खान सूर अफगान याने केले होते. त्याने मोगल सैन्याच्या हरवल तकडीवर यशस्वीपणे आक्रमण केले होते. त्यानंतरही जालौरच्या ताज खानने त्याला सहकार्य केले होते. त्यांचे मोगल विरोधी धोरण फक्त त्या मुलभूत अधिकारांसाठी होते, ज्याची नेहमी श्रेष्ठ आणि निर्भय लोकांनी पाठराखण केली होती. प्रतापच्या धोरणामुळे मेवाडच्या राजपुतांमध्येच नाही, तर सर्व देशात त्याच्याबद्दल आदर

निर्माण झाला होता आणि मोगलही मेवाडकडे त्याच आदराने पाहत होते. '

राजकारणामध्ये धर्माचा हस्तक्षेप ही गोष्ट महाराणा आणि सम्राट अकबर दोघेही अयोग्य समजत होते. तरीही आपापल्या प्रतिष्ठेने त्यांना संघर्षासाठी प्रेरित केले होते. त्यांचे असे करणे योग्य होते की नाही, हा वादाचा विषय होऊ शकतो.

विविध विद्वानांच्या दृष्टिने प्रताप

महाराणा प्रताप हे भारतीय इतिहासातील असे नायक आहेत, ज्यांच्या अनन्य वैशिष्ट्यांमुळे ते फक्त भारतीयच नाही तर अनेक पाश्चात्य लेखक आणि कवींच्या लेखनाचा विषय झाले आहेत. त्यांच्यावर अनेकांनी काव्य लिहिले आहे. इथे अनेक विद्वांनांपैकी काही विद्वानांनी व्यक्त केलेले विचार देत आहोत.

प्रसिद्ध इतिहासकार डॉ. गौरिशकंर हीराचंद ओझा यांनी महाराणाचा त्याग आणि देशप्रेम इ. गुणांबद्दल आपली श्रद्धांजली व्यक्त करताना लिहिले आहे,

'प्रातः स्मरणीय, हिंदुपति, वीर शिरोमणी राणा प्रताप यांचे नाव राजपुतांच्या इतिहासात अतिशय महत्त्वाचे आहे. ते स्वदेशाभिमानी, स्वातंत्र्याचे पूजारी, रणकुशल, निःस्वार्थी, नीतीज्ञ, ठाम प्रतिज्ञा करणारे, सच्चे वीर, उदार क्षत्रीय आणि कवी होते. वप्पा रावलचा वंशज कोणासमोर आपला माथा नमविणार नाही, असा त्यांचा प्रण होता. राणा सांगा आणि माझ्या मध्ये दुसरे कोणी झाले नसते, तर चितौडवर कधीही मोगलांची सत्ता आली नसती, असे ते म्हणत असत. ते मेवाडमध्ये सत्तेवर आले तेव्हा चित्तौड आणि सर्व मैदानी प्रदेशावर मुसलमानांची सत्ता होती. मेवाडचे अनेक मोठ मोठे सरदार मारले गेले होते. अशा परिस्थितीत बादशहा अकबरान त्याचा पूर्णपणे विध्वंस करण्यासाठी आपले सर्व बुद्धिबळ, आर्थिक बळ आणि बाहु बळ पणाला लावले होते. महाराणाला वाटले असते, तर तोही इतराप्रमाणे बादशहाचे स्वामीत्त्व स्वीकारू शकला असता. तसेच आपल्या वंशातील एखादी मुलगी बादशहाला देऊन दरबारात मानाचे स्थान मिळवू शकला असता. पण स्वातंत्र्याचा पूजारी असलेल्या या देशभक्त आणि कर्तव्यपारायण राजपुताने राजपूत आणि भिल्लांच्या मदतीने आपल्या देशाच्या स्वातंत्र्याचे रक्षण करण्याचा चंग बांधला होता. याच गुणामुळे त्या काळातील सर्व शक्तिमान आणि संपन्न असलेला सम्राट अकबर अनेक वर्षे परेशान झाला तसेच तो त्याला नमवू शकला नाही. तो एक खरा क्षत्रिय

होता. शिकारीला जाणाऱ्या मानसिंगावर त्याने धोक्याने किंवा कपटाने हल्ला केला नाही तसेच अमरसिंगाने पकडलेल्या बेगमांना त्याने सन्मानाने परत पाठवून आपल्या मोठ्या मनाची साक्ष पटवून दिली. अकबराच्या कूटनीतीला उत्तर देणारे जर कोणी होते, तर तो प्रताप होता. या जगात जोपर्यंत वीरांची पूजा होत राहील, तोपर्यंत महाराणा प्रतापचे उज्ज्वल आणि अमर नाव लोकांना स्वातंत्र्य आणि देशभक्तीचा धडा देत राहील. '

अकबराला संपूर्ण भारताचा एकछत्री सम्राट व्हायचे होते, पण महाराणा प्रतापने त्याची सत्ता स्वीकारली नाही. अकबराच्या अशा इच्छेला भारताला एका सूत्रात ओवण्याचा प्रयत्न म्हटले जाऊ शकते? प्रतापने त्याचे स्वामीत्त्व स्वीकारले नाही, त्यामुळे भारताच्या एकात्मतेत अडचण आली असे म्हणता येऊ शकते? या प्रश्नांचे विश्लेषण करीत डॉ. गोपिनाथ शर्मा यांनी आपल्या 'मेवाड- मोगल संबंध' या पुस्तकात लिहिले आहे,

'प्रतप महान यौद्धा होता,याबाबत संशयच नाही, तरीही मनात अशी शंका निर्माण होते, की मग त्याची ही संघर्षाची नीती लोकांसाठी उपयुक्त का ठरली नाही? किंवा ती मेवाडला विनाशाच्या दिशेने नेणारी का झाली? एका दृष्टीने पाहता अकबरासारख्या उदार आणि थोर राजाचे भारतीय धोरण आणि सांस्कृतिक एकिकरणाचे धोरण राबविताना प्रतापने त्यामध्ये अडचणी निर्माण केल्याचे अयोग्य वाटते. अशा परिस्थितीत अशीही एक शक्यता वाटते, की जर प्रतापने मोगलांना साथ दिली असती, तर मेवाडचा विनाश कदाचित थांबविता आला असत आणि भारतीय एकता अधिक दृढ झाली असती. तसेही त्याला आपल्या वीर यौद्ध्यांना सन्मानित करण्यासाठी कमीच संधी मिळाल्या. ही संधी आधीच मिळाली असती, तर कदाचित मेवाडच्या मागासलेपणात काही सुधारणा घडून आली असती. प्रतापच्या धोरणाची अशा प्रकारची समीक्षा राजकीयदृष्ट्या उपयुक्त होऊ शकली असती, पण प्रतापच्या आदर्शासमोर त्याचे औचित्य नगण्य आहे. आजही स्वातंत्र्य सेनापती म्हणून प्रतापचे नाव अजरामर आहे. कारण आपल्या मातृभूमिचे स्वातंत्र्य अबाधित राखण्यासाठी त्याने भौतिक लाभाची उपेक्षा करीत मोगलांशी सतत युद्ध केले आणि हिंदुंचा गौरव वाढविला. जोपर्यंत हिंदु समाज जिवंत राहील, तोपर्यंत आपल्या सर्वस्वाचे बलिदान करून परधर्मियांशी युद्ध करणारा म्हणून त्याचे नाव आदरानेच

घेतले जाईल. स्वातंत्र्याचा यौद्धा, न्यायाच्या बाजूचा आणि नैतिक जीवनातील आदर्श म्हणून आजही त्याचे नाव लाखो व्यक्तींसाठी दिवसा आशेचा ढग आणि रात्री दीपस्तंभ आहे. '

काही इतिहासकारांनी प्रतापचा हा संघर्ष अनुचित असल्याचे सिद्ध कले आहे. त्यांच्या मते महाराणाचा हा संघर्ष फक्त भावनिक पातळीवरचा होता. त्यांचे असेही मत आहे, की राजपूत राजांनी मोगल सम्राटाला मदत करणे ही तत्कालिन गरज होती. याबाबतीत डॉ. रमप्रसाद त्रिपाठी आपला सबळ तर्क सदर करताना म्हणतात,

'राणा प्रतापचे साहस, ठाम निश्चय आणि अजय आत्मिक शक्तीबाबत आपल्या मनात कितीही श्रद्धा असली तरीही तो ज्या तत्त्वावर ठाम होता, ते त्या काळातील इतर राजपूत राज्यांच्या तुलनेत वेगळे होते, हे तर मान्य करावेच लागते. तो मेवाडचे स्वातंत्र्य आणि सिसोदिया घराण्याची सत्ता यासाठी लढत राहिला. पण इतर राजे मात्र सिसोदिया साम्राज्याच्या बाजूने प्रेरीत झाले नाहीत कारण मेवाडवर प्रभुत्व असलेल्या राजांची धोरणे त्यांना कधीही समाधानकारक वाटली नाहीत. इतर राजपूत राजे भित्रे होते आणि ते इतक दुबळे होते, की भौतिक सुख मिळविण्यासाठी त्याने आपले स्वातंत्र्य विकले, असे सिद्ध करण्याचा प्रयत्न करणे निरर्थक होते. पहिल्या प्रमाणे ते राणाच्या खांद्याला खांदा लाऊन अकबराविरूद्ध आवश्य लढले असते, जर त्यांच्या मनात आपले कुटुंबिय आणि धर्माचे स्वातंत्र्य तसेच रक्षण याची जरासी जरी शंका असती. नवीन साम्राज्य संघाचे प्रभूत्त्व स्वीकारावे इतकीच अकबराची इच्छा होती. त्याचे चार अर्थ होते. पहिला असा की कराच्या स्वरूपात राजाने केंद्राला काही रक्कम देत रहावे. दुसरे असे, की बाह्यनीती, युद्ध आणि आपले संरक्षण या जबाबदाऱ्या केंद्रावर सोपवाव्या. तिसरे असे की आवश्यकता पडल्यावर केंद्राला सैन्याची मदत पुरवावी. चौथा अर्थ असा होता,की स्वतःला केंद्रिय साम्राज्याचा अविभाज्य भाग समजून रहावे, आपले वेगळे अस्तित्व जपू नये. याच्या बदल्यात बादशाहीमध्ये त्यांच्यासाठी सर्वोच्च पदे रिकामी होती. धर्म आणि जाती भेद असला तरीही पदाच्या आधारे सर्वांना सारखा सन्मान मिळत होता. या बाबतीत हा उल्लेख करणेही आवश्यक आहे, की अकबराने जवळपास सर्वच मुस्लिम राजांवर आपली सत्ता स्थापन केली होती, पण त्याने कोणतेही मोठे हिंदु राज्य आपल्या

राज्यात समाविष्ट केले नव्हते. मोगल शासन संघात सहभागी झाल्यावर अकबराने राजपूत राजांना सामाजिक आणि आर्थिक स्वातंत्र्याच्या बरोबरीने अंतर्गत शासनाचे जे वचन दिले होते, ते अमान्य करण्याचे काहीही कारण उरले नव्हते. जे राजपूत रजे सततचे युद्ध आणि अराजकतेमुळे दुःखी होते, ते आता नवीन व्यवस्थेनुसार शांतता, व्यवस्था आणि समृद्धीचा आशा करू शकत होते. मोगलांच्या प्रभुत्त्वाखाली त्यांना जो निधी मिळाला, तो त्यांना मेवाडकडून कधीही मिळाला नव्हता. राजपुतांना आपले रणकौशल्य आणि प्रशासकीय योग्यतेचा वापर करण्याची संधी मिळणार नाही, असे कधीही संघाचे धोरण नव्हते. तसेच वैवाहिक संबंधासाठी मोगलाने राजपूतांना विवश केले, असेही काही नव्हते. कारण मेवाडमधील चारणोच्या गीताशिवाय वैवाहिक संबंधाबाबत मोगलांचे काही विशेष धोरण असल्याचे आणि ते राजपुतांवर अन्यायाने लादल्याचे पुरावे आपल्याला इतरत्र कुठेही आढळत नाहीत. गुजरात, मालवा आणि दक्षिणेकडील इतिहासात अशा प्रकारच्या संबंधाची अनेक उदाहरणे आढळतात. अशा प्रकारचे संबंध ठेवण्यासाठी अकबराने जबरदस्ती केल्याचे किंवा या विवाह संबंधामुळे राजपुतात बंड झाल्याचे पुरावेही कुठे आढळत नाहीत. लग्नात मुलगी देणे किंवा न देणे याबाबत राजपूतांना पूर्ण स्वातंत्र्य होते. सर्व बाजूंचा विचार करून बहुतेक राजपूत राजांनी सिसौदिया घराण्याचे अशक्य वाटणारे साम्राज्य स्थापन करण्यासाठी मदत करण्याऐवजी मोगल बादशहाच्या नेतृत्त्वाखालील संघात सामील होणे अधिक पसंत केले. कारण आधीचा प्रयोग अनेक वेळा करून पाहिला होता. वास्तववादी आणि बुद्धिमान मोगल साम्राज्याच्या बाजूने होते, तर अतातायी भावूक असलेले राणासोबत होते. '

आपल्या या वर्णनात डॉ. त्रिपाठी यांनी राजपूत राजांनी मोगल साम्राज्याची प्रभूसत्ता स्वीकारल्याबद्दल इतर राजपूत राजांचे कौतुक केले आहे. तसेच हे कार्य उची असल्याचे सिद्ध करण्याचा प्रयत्न केला आहे. एका बाजूला त्यांनी महाराणाचा संघर्ष फक्त सिसोदिया घराण्याची सत्ता स्थापन करणे यासाठी असल्याचे समजले आहे, तर दुसऱ्या बाजूला अकबराच्या साम्राज्यवादाला अतिशय सफाईदारपणे मोगल शासन संघ आणि साम्राज्य संघ अशा शब्दांनी शुशोभित केले आहे. फक्त सिसोदिया वंशाची सत्ता स्थापन करणे इतकेच प्रतापचे कार्य होते, तर मग अकबराची

विस्तारवादी नीती बाबराच्या वंशाचे प्रभुत्त्व निर्माण करणे होती, असे म्हणता येणार नाही का? असे वाटते, की डॉ. त्रिपाठी यांना या वास्तवाचा विसर पडला होता, की अकबराचा उद्देशही आपल्या वंशाची सत्ता स्थापन करणे हाच होता. गणराज्याची स्थापना करणे नव्हता. त्यामुळे त्याला सहकार्य न करणे म्हणजे भारताची अखंड़तेत अडचण निर्माण करणे म्हणता येईल. आता जर अकबराने सर्व भारतात गणराज्याची स्थापना केली असती, तर प्रतापचे कार्य अनुचित समजले जाू शकले असते. अकबर धर्मनिरपेक्ष राजा होता, हे सत्य असले तरीही त्याचे उत्तराधिकारी त्याच धोरणाने वाटचाल करतील,याची खात्री कोण देऊ शकले असते? त्याचे उत्तराधिकारी खरोखरच या धोरणावर अटळ राहिले का? नंतर (औरंगजेबाच्या काळात) मोगलाचे प्रभूत्त्व स्वीकार करणाऱ्या राजपुतांबाबत अकबरांच्या धोरणाचेच पालन केले गेले का? मोगलाची अधिसत्ता स्वीकारणाऱ्या राजांना आपले राज्या चालविण्याची स्वायत्तता होती आणि त्यांना युद्धात आपले कौशल्य दाखविण्याची संधी दिली जात होती, तर मग ते अकबराच्या बरोबरीचा दावा करू शकत होते का? युद्धात रणकौशल्य दाखविण्याची संधी मिळणे हेच सर्व काही आहे का? या युद्धातील विजयाचे फळ कोणाला मिळत होते? डॉ. त्रिपाठी लिहितात, 'अकबराने बहुतेक सर्व मुस्लिम राज्यांवर प्रभूत्त्व मिळविले होते, पण त्याने कोणतेही मोठे हिंदु राज्य आपल्या बादशाहीत समाविष्ट केले नव्हते.' याचा अर्थ काय आहे? मोठी हिंदू राज्ये आपल्या बादशाहीत समाविष्ट केली तर त्याच्या राजांपासून बादशहाला बंडाळी होण्याची भीती वाटत होती? जर नसेल, तर मग याला संघ म्हणणे कितपत योग्य आहे? एकाच संघात अशा प्रकारची दुहेरी नीती कशासाठी? वरील वर्णनात अकबराच्या राजपूत राजकुमारीशी झालेल्या विवाहाचीही तेल मसाला लावून प्रशंसा केली आहे. अंतरजातीय किंवा अंतरधार्मिक विवाह व्हायला हवेत, हे आम्हाला मान्य आहे, पण अकबराने फक्त राजपूतांशीच विवाह संबंध का निर्माण केले? नीच समजल्या जाणाऱ्या दुसऱ्या कोणत्याही हिंदू जातीशी त्याने विवाह संबंध प्रस्थापित केले का? जर नसेल, तर त्याच्या या विवाह नीतीला त्याची अक राजकीय चाल समजायला काय हरकत आहे?

वाचकांचे लक्ष आपल्याकडे वेधण्यासाठी काही लोक काही तरी नवीन किंवा वादग्रस्त मांडण्याचा प्रयत्न करीत असतात. त्याप्रमाणे डॉ. त्रिपाठीही अतिशय एकांगी समर्थन करतात. त्यांनी महाराणाच्या संघर्षाला 'भावनिक अतातायीपणा'

म्हणून बीन महत्त्वाचे ठरविले आहे; पण ते स्वतःच भावनेच्या भरात वाहवत गेले असून त्यांनी वास्तवाकडे दुर्लक्ष केल्याचे वाटते.

वरील वर्णनात डॉ. त्रिपाठी यांनी महाराणाच्या संघर्षावर टीका केली असली, तरीही इतर ठिकाणी मात्र त्यांनी हे सत्य स्वीकारले आहे, की प्रतापने एक वीरगाथा निर्माण केली आहे,

'राजस्थानातील प्रत्येक घाटी ही प्रतापची देणगी आहे. प्रत्येक खऱ्या राजपुतांच्या मनात ते वसले आहेत. जिथे प्रतापच्या चमत्कारयुक्त कामाच्या कथा आजही सांगितल्या आणि ऐकल्या जातात, त्या भागात मी फिरलो आहे. त्यांनी प्राचीन सामंताच्या वंशाजाबद्दल काही सांगितले नाही. ज्याचे डोळे आजही आपल्या पूर्वजांच्या गाथा सांगताना भरून येतात. त्यांना कदाचित प्रतापची वीर गाथा एक कथा कहानी वाटू शकते. जे लोक अधिक सुदैवी काळात राज्याचे नेतृत्त्व करीत आहेत, त्यानी मेवाडच्या राणा प्रतापच्या भावनांच्या खोलीचा अंदाज लावायला हवा. त्यामुळेच ते त्या काळी जगातील सर्वात शक्तिमान सम्राटाचा सामना करायला सज्ज झाले. त्यांची अदम्य वीरता, असीम साहस, निष्ठा आणि देशप्रेमाची भावना याच्या विरोधात होती पराक्रमी सम्राटाची गगनचुंबी महत्त्वाकांक्षा, शिखराची योग्यता, अमाप साधने आणि धार्मिक उत्साहाची ज्वाला. हे सर्व प्रतापच्या डोक्याचा सामना करू शकले नाही. अरावलीतील एकेक घाटी धन्य झाली आहे. एक तर प्रतापच्या विजयामुळे किंवा त्याच्या कीर्तीयुक्त पराभवामुळे.'

'महाराणा प्रताप' या आपल्या पुस्तकात श्री राजेंद्र शंकर भट्ट लिहितात,

'प्रतापच्या वैशिष्ट्यांवर टीका टिपणी करण्यापूर्वी हे समजून घेणे आवश्यक आहे, की ते स्वतः एक विशिष्ट होते. त्यांच्या समकालिन किंवा त्यांच्या बरोबरीच्या कोणत्याही राजाचे अशा प्रकारे वागणे किंवा चारित्र्य नव्हते. तसेच इतर कोणालाही अशी सफलता मिळाली नाही. आपला असामान्य देशाभिमान, वीरता आणि चारित्र्याच ठामपणा यामुळे प्रताप भारतीय सांस्कृतिक परंपरेचे प्रतिक आणि तिचे रक्षकही झाले आहेत. भौतिक किंवा राजकीय दृष्ट्या त्यांना तितके उत्साही परिणाम मिळाले नसले, तरीही त्यांचे प्रत्येक अपयश त्यांनी त्यापेक्षा खूप काही मिळवून झाकून टाकले आहे. ' यश मिळाले नाही तरीही प्रत्येक लढाईनंतर प्रताप उच्च स्थानी जात राहिले आणि शेवटी अशा उंचीवर जाऊन पोहचले, की आज इतक्या

वर्षानंतरही 'प्रातः स्मरणीय' समजून त्यांची आठवण काढली जाते. अशा असामान्य लोकांच्या व्यक्तिमत्त्वाचे विश्लेषण आणि त्यांच्या कार्याचे मूल्यांकन तात्पुरत्या यश-अपयशाच्या आधारे केले जाऊ शकत नाही. त्यांच्या संपूर्ण जीवनाचा विचार करावा लागतो. पराभूत होऊनही विजयी होणाऱ्यामधील प्रताप एक होते. आजही स्वातंत्र्यासाठी बलिदान करणाऱ्यामध्ये प्रतापचे नाव सर्वात आधी घेतले जाते. प्रतापने ठरवले असते, तर अकबराशी तह करून अतिशय आरामाने सुखाचे जीवन जगू शकले असते. पण त्यांनी तसे केले नाही. त्यांनी जाणीवपूर्वक आपल्यासाठी, आपल्या कुटुंबियांसाठी, प्रजेसाठी, सामंत आणि सरदारांसाठी त्रास आणि बलिदानाचा मार्ग स्वीकारला. फक्त इतकेच नाही, तर ते स्वतः अशी जिती जागती प्रेरणा झाले की त्यांच्या सहकाऱ्यांनी आणि अनुयायांनी हसत हसत सर्व प्रकारचा त्रास सहन केला. प्रतापच्या कुटुंबातील काही सदस्य अकबराला जाऊन मिळाले होते. त्यामध्ये त्यांचे भाऊ शक्तिसिंग, सगर आणि जगमाल होते. पण त्यांची संख्या नगण्य होती. प्रतापच्या राज्यातील बहुतेक लोकांनी त्यांना सहकार्य केले आणि अगदी मनापासून केले.'

प्रताप एक कुशल सेनानायक, चांगले प्रशासक, परम स्वातंत्र्य प्रेमी तसेच इतर अनेक महान गुणांनी भरलेले होते. त्यांचा अतूल्य संघर्ष भारतीय जन माणसाला प्रेरणा देत राहणारा आहे. एक योग्य सेनापती आणि प्रशासक या गुणांची चर्चा होत असतानाही प्रतापचे नाव नेहमीच आदराने घेतले जाईल. याविषयी श्री मिश्रलाल माण्डोत यांनी लिहिले आहे,

'प्रतापमध्ये एका चांगल्या सेनापतीचेच नाही, तर एका चांगल्या व्यवस्थापकाचीही सर्व वैशिष्ट्ये होती. स्वातंत्र्यासाठी अटळ निश्चय, अप्रतिम त्याग आणि बलिदानाने त्यांना भारतीय इतिहासातील एक सर्वोच्च व्यक्ती केले आहे. प्रतापला राष्ट्रनायक म्हणणे अयोग्य होणार नाही. संघर्षापासून मुक्ती मिळाल्यानंतरच्या अखेरच्या अकरा वर्षात प्रतापने मेवाडमध्ये पुन्हा शांतता आणि सुव्यवस्था स्थापन केली. १५९७ साली झालेला प्रतापचा मृत्यू हे एका युगाच्या समाप्तीचे प्रतिक आहे.'

प्रतापचे बाह्यव्यक्तिमत्त्वही त्यांच्या अंतरिक व्यक्तिमत्त्वाप्रमाणे ओजस्वी आणि प्रभावी होते. याचे शब्दचित्रण करताना डॉ. गोपिनाथ शर्मा लिहितात,

'प्रतापचे नाव घेतल्याबरोबर आपल्या समोर एक उच्च विचारांचे जग आणि आठवणीचा पेटारा एकाएकी यायला लागतो. एका युद्धाचा नायक असलेली ही व्यक्ती उंच पुरी आणि दिसायला वैभवयुक्त होती. त्यांचे कपाळ उंच होते. डोळ्यातून तेज वाहत होते. त्यांच्या मिशा भरलेल्या होत्या. त्यांचे एकूण सर्व शरीर ठाम संकल्पाची जाणीव करून देणारे होते. समकालीन चित्रांनुसार लहान पगडी, पिवळा लांब अंगरखा आणि कंबरबंध हे त्यांच्या पोषाखाचे प्रमुख भाग होते. जंगल, वने आणि डोंगरातून भटकताना त्यांच्या जीवन चरित्राचे निर्माण झाले. कष्टाने त्यांना धैर्य, शांती, साहस आणि निष्ठेची शिकवण दिली होती. त्यांच्या मनात आपल्या देशाबद्दल श्रद्धा आणि विश्वास सहजपणे जागृत झाला होता. थोडक्यात आपण असे म्हणू शकतो, की प्रतापच्या जीवनातील सुरूवातीच्या वातावरणाने त्यांच्यात एक चारित्र्यबळ आणि जीवनविषयक असे तत्त्वज्ञान निर्माण केले होते, की त्यामुळे इतर राजपूत राजांच्या तुलनेत त्यांचे वेगळेपण उठून दिसते.'

वीरता, त्याग, देशप्रेम आणि निस्वार्थी भावनेने कर्तव्याचे पालन करणे हे थोर आणि पुरूषोचित गुण आहेत. या गुणांचा मानवी समाजाने नेहमी आणि सर्व ठिकाणी आदर केला आहे. या सर्व गुणांच्या बरोबरीने अदम्य मनोबल हे महाराणाचे सर्वात मोठे वैशिष्ट्ये राहिले आहे. त्याच कारणामुळे ते कौतुकास्पद सन्मान मिळविण्यात यशस्वी झाले. असा सन्मान तत्कालिक कोणाही शासकाला मिळविता आला नाही. त्याचमुळे प्रतापच्या निधनाला जवळपास चारशे वर्षे झाल्यानंतरही भारतीय जनमानसात ते श्रद्धेला पात्र आहेत. भविष्यातही ते तसेच राहतील. भौतिक स्वरूपात ते नसले तरीही त्यांचा आदर्श भारतीयांना अनेक युगे देशप्रेम, स्वातंत्र्य, संघर्ष यासाठी प्रेरणा देत राहील. शेवटी प्रसिद्ध साहित्यिक डॉ. संपूर्णानंद यांच्या शब्दात,

"काही लोकांच्या बाबतीत लोकांमध्ये असा विश्वास कायम असतो की ते सदैव अमर आहेत. म्हणजे कल्पांतापर्यंत ते जिवंत आहेत. या बाबीवर विश्वास ठेवणे अशक्य आहे. ही व्यक्ती काही कोणी समाजात अवतार घेतलेला ऋषी मुनी नाही. उदाहरणार्थ अश्वत्थामासारख्या व्यक्तीबाबत अशी काही विशेषता किंवा चर्चा ऐकायला येत नाही, जी कोणत्याही अर्थाने त्याला लोकोत्तर ठरविते. त्यामुळे ही गोष्ट सहजच

लक्षात येते, की इतके दीर्घायुष्य आपल्यासाठी आणि इतरांसाठी ओझे होते. असे अमरत्त्व मिळाले तरीही ते कवडीमोलाचे ठरते.

'पण काही लोक असे आहेत, ज्यांना खऱ्या अर्थाने अमर म्हटले जाते. त्यांचे पंचभौतिक शरीर तर शिल्लक राहत नाही, पण त्यांचे यश- कार्ये शेकडोच नाही तर अब्जावधी वर्षे जसेच्या तसे राहते. खरे तर काळाच्या सोबतीने त्यात वाढच होत राहते. त्यांच्या बाबतीत अनेक कथा आणि अख्यायिका निर्माण होतात. त्या त्यांच्या जीवन चरित्रात अशा प्रकारे बेमालूम मिसळून जातात की त्याचा अविभाज्य भाग होतात. अशाच महापुरूषांपैकी महाराणा प्रताप एक होते. ... प्रतापची कीर्ती अमर आहे. देश आणि काळात अनेक परिवर्तने झाली तरीही ती मानवी समाजाला तोपर्यंत स्फूर्ती देत राहील, जोपर्यंत मानवी समाजाच उंच्च चारित्र्य, त्याग, शौर्य आणि आत्मबलिदानाला महत्त्व आणि आदर दिला जाईल."

प्रकरण आठवे
महाराणा प्रतापचे वारसदार

महाराणा प्रतापचे महाप्रयाण राजवंशाच्या त्या गौरवशाली इतिहासाचा अपमान आहे, ज्यांनी जगातील स्वातंत्र्यप्रेमींना एक प्रेरणा दिली आहे, तिला चमत्कृत केले आहे. महाराणा प्रतापासारखे परम स्वाभिमानी आणि स्वातंत्र्य प्रेमी अभावानेच जन्माला येत असतात. हा सिसोदिया वंशाचा गौरव आहे, की त्यामध्ये वप्पा रावल, राणा कुंभा, महाराणा हमीर, राणा सांगा, महाराणा प्रताप यासारख्या थोर वीरांनी जन्म घेतला. सिसोदिया वंशातील कोण्याही राजामध्ये महाराणा प्रतापासारखी संकल्प शक्ती, स्वातंत्र्यभक्ती आढळून येत नाही. 'वीरविनोद' मध्ये महाराणा प्रताप यांच्यानंतर त्यांचा मुलगा अमरसिंग याच्यापासून सज्जनसिंग (१८५९-८४) यांच्या राज्यांचा इतिहास दिला आहे. इथे उल्लेखनीय बाब अशी की वीरविनोदचे रचनाकार चारण श्यामलदास महाराणा सज्जनसिंग याचे आश्रीत होते.

महाराणा अमरसिंग पहिला

महाराणाच्या मृत्यूनंतर माघ शुक्ल एकादशी, १६५३ विक्रमी (इ.स. २९ जानेवारी १५९७) या दिवशी चावंडमध्ये अमरसिंगाचा राज्याभिषेक झाला.

सिंहासनावर बसल्याबरोबर त्यांना आपल्या पित्याचे शब्द आठवले, की कोणत्याही परिस्थितीत मोगलांचे अधिपत्य स्वीकारायचे नाही. त्यामुळे या शब्दांचा आदर राखण्यासाठी अमरसिंगाने मेवाडवर अधिकार गाजविण्याचा आपला कार्यक्रम सुरू ठेवला. त्यांनी मोगलांची अनेक ठाणी उठवली आणि तिथे आपली ठाणी निर्माण केली. परिणामी १५९८ मध्ये अकबराने पुन्हा मेवाडवर स्वारी केली. अमरसिंगाने मोगलाचे प्रांत लुटून पुन्हा जंगलाचा आश्रय घेतला. अकबराने शहजादा सलीमला मानसिंग कछवाहसोबत अजमेरमध्ये सोडले. त्यामुळे त्याची मेवाड मोहीत योग्य प्रकारे चालू शकली. परिणामी उंटालाप, मोही, मदारिया, कोशीथल, बागौर, मांडल, मांडलगढ आणि चितौड इथे मोगलांची ठाणी स्थापन झाली. अमरसिंगाने उंटालावर अक्रमण केले. घनघोर युद्ध झाले,पण त्याचा काहीही परिणाम निघाला नाही.

जगमालचा लहान भाऊ सगरही प्रतापवर रूसून मानसिंगाकडे गेला होता. मानसिंगाची पत्नी त्याची मावशी होती. मानसिंगाने त्यालाही मोगलाच्या चाकरीत लावले अकबराच्या मृत्यूनंतर जहांगिर मोगल सम्राट झाला. नोव्हेंबर १६०५ मध्ये त्याने शाहजादा परवेझला आसफ खान, मगर यांच्यासोबत अमरसिंगला दाबून टाकण्यासाठी पाठविले. मोगालांचे आक्रमण झाल्यावर अमरसिंगाने आपली अधिकृत ठिकाणे उजाड करून टाकली आणि तो जंगलाच्या आश्रयाला गेला. मोगल सैन्य अजमेरकडून मेवाडकडे निघाले तेव्हा मेवाडच्या वीरांनी देसुरी, बदनोर, मांडल, मांडलगढ, चितौड येथील मोगलांच्या तळावर हल्ला करून त्यांना पराभूत केले. परवेजने सगरला चितौडचा महाराणा घोषित केले. त्याचा राज्याभिषेक केला.

राजपूत नेहमीच शाही सैन्यावर हल्ले करीत राहिले. मार्च १६०६ मध्ये एकदा या हल्ल्यामुळे परवेजला उंटाला आणि दैबारी येथून मांडलकडे पळून जावे लागले. सगरने चितौडमध्ये नवीन सामंताची नियुक्ती केली. त्याने शक्तिसिंगाच पणतू नारायण दास यालाही जहागीर दिली. इ. स. १६०८ मध्ये जहांगिरने जगन्नाथ कछवाह याच्या नेतृत्त्वाखाली एक विशाल सैन्य अमरसिंगाच्या विरूद्ध पाठविले. शाही सैन्य आपली ठाणी वसवित उंटालाला आले. दोन तीन दिवसातच अमरसिंग उदयपूरला आले आणि त्यांनी शाही सैन्यावर हल्ला करण्यासाठी आपल्या सैन्याला आदेश दिला. अमरसिंगाचे एक सामंत राव मेघसिंग यांनी अतिशय युक्तीने काम केले. त्यांनी दहा-वीस राजपुतांना गायी, म्हैशी यांच्यासह खरबूज विकण्याच्या

निमित्ताने शाही सैन्यात पाठविले. या गायी म्हैशीवर स्फोटके लादलेली होती. जी बाहेरून खरबुजासारखी दिसत होती. या राजपुतांमुळे शाही सैन्याला असे वाटले की आपल्यावर चारी बाजूने आक्रमण करण्यात आले आहे. त्यामुळे वाट मिळेल तिकडे ते पळत सुटले. इ. स. १६०९ मध्ये जगन्नाथ कछवाहचे निधन झाले. त्याला मेवाड मोहिमांची चांगली माहिती होती. त्याच्या मृत्यूमुळे जहागिंरला खूप दुःख झाले. त्याच्या नंतर जहांगिरने एका विशाल सैन्यासह अब्दुला खानला अमरसिंगाच्या विरूद्ध पाठविले. अमरसिंगाची पत्नी आणि मुले जोधपूरचा राजा सुरसिंग याच्या राज्यात राहत असल्याची बातमी त्याला कळली. त्यामुळे त्याने जोधपूरच्या राजाकडून सोजत परगाना जप्त केला आणि तो राठौड चंद्रसेन याला दिला. अमरसिंग तिथे आल्यावर आपल्याला लगेच कळविण्याबाबत चंद्रसेनला सांगितले.

अमरसिंगही नेहमीच संधीच्या शोधात रहात असत. इ.स. १६११ मध्ये त्यांना एकदा माहिती मिळाली की मोगलांचा एक खजिना अहमदाबादवरून आग्र्याला पाठविला जात आहे. त्यामुळे त्यांनी आपला मोठा मुलगा कुंवर कर्णसिंग याला तो खजिना लुटण्यासाठी पाठविले. माजानन आणि मालगड जवळ कर्णसिंगच्या सैन्याने या खजिन्यावर हमला केला. राजपुतांनी संघर्ष केला, पण कर्णसिंगाला यात य़श मिळाले नाही. त्यांना डोंगरात पळून जावे लागले.

अमरसिंगाला वश करण्यात जहांगिरला कोणत्याही प्रकारे यश मिळत नव्हते. त्यामुळे १६ डिसेंबर १६१३ मध्ये जहांगिर स्वतः अजमेरला आला. तिथून त्याने शाहझादा खुर्रमला मेवाडला जाण्याचा आदेश दिला. खुर्रम एक योग्य आणि उत्साही युवक होता. अमरसिंगाला जंगलात घुसून पकडण्याची त्याची इच्छा होती. इ.स. फेब्रुवारी १६१४ मध्ये त्याने आपल्या सैन्याचे चार भाग केले आणि त्यांना डोंगराता जायला सांगितले. या चार तुकड्या निघाल्या. त्यांनी आपल्या वाटेत आलेल्या ठिकाणाहून मिळेल ती लूट केली. वस्त्या जाळल्या. अनेक निरापराध लोकांची हत्त्या केली. तसेच कित्येक लोकांना कैद केले.

अमरसिंगानेही राजपुतांचे तुकड्यात विभाजन केले आणि त्यांना अशा ठिकाणी नियुक्त केले, की जिथून मोगल जंगलात घुसण्याची शक्यता होती. मोगलांना जंगलात प्रवेश करू देऊ नका, असा या तुकड्यांना आदेश देण्यात आला. मोगलांचा

जोर वाढत होता. या दरम्यान त्यांच्या अनेक तुकड्यांचा मोगलांशी सामना झाला. त्यांचे अनेक हत्ती लुटले गेले. मोगल सैन्याने हे हत्ती खुर्रमकडे पाठविले.

या दीर्घकालीन संघर्षामुळे अमरसिंगासोबतच त्याच्या सहकारी राजपूतांचे जीवनही विस्कळित झाले होते आणि यशाची काहीही अशा दिसत नव्हती. त्यामुळे राजपुतामध्ये उदासपणा आणि निराशेची एक भावना निर्माण होऊ लागली. काळासोबत राहण्यासाठी इतर राजपुतांप्रमाणे मोगलांशी तह करावा, असे त्यांना वाटू लागले होते. अनेक सामंतांनी अमरसिंगासमोर आपले हे विचार ठेवले. खूप विचार विनिमय केल्यानंतर अमरसिंगाने अब्दुल रहीम खानखानाला एक पत्र लिहिले, त्यामध्ये खालील दोहा होता,

गोड कछाहा रावठड गोका जोख करन्त ।
कह जो खानां खान ने बनचर हुआ फिरन्त ।।

म्हणजेच गोड, कछवाह, राठोड आणि राजपूत नरेश मोगलांचे अधिपत्य मान्य करून सुखाने जीवन जगत आहेत. मी मात्र वनचराप्रमाणे जंगलात भटकत आहे.

अमरसिंगाने एक वेळा खानखानाच्या पत्नीला बंदी केले होते, परंतू महारणा प्रतापने त्यांना सन्मानासह खानखानाकडे पाठविले होते. त्यामुळे या कुटुंबियाबाबत खानखानाच्या मनात आदराची भावना होती. हे पत्र मिळाल्यावर खानखानाने उत्तरदाखल खालील दोहा लिहिला,

धर रहसी रहसी धरम खप जासी खुरमाण ।
अमर विसम्भर उपरो राखो नहजो राण ।।

म्हणजे धर्म राहील, पृथ्वी राहील पण मोगल मात्र काळाच्या उदरात गडप होतील. यावेळी देवाची अशीच इच्छा आहे. त्यामुळे हे अमरसिंगा, तू मोगलांचे अधिपत्य स्वीकार कर. तुझे यश तरीही अमर राहील.

राजपूत अतिशय दयनिय अवस्थेत जीवन जगत होते, त्यांनी आपल्या या अवस्थेबाबत कर्णसिंगाला सांगितले. कर्णसिंगालाही अधिक संघर्ष सुरू ठेवायचा नव्हता. त्यामुळे त्याने अमरसिंगाला न विचारताच आपली दोन माणसे तहाचा प्रस्ताव घेऊन खुर्रमकडे पाठविली. हा प्रस्तावर पाहून खुर्रमला खूप आनंद झाला. त्याने ही बातमी लगेच बादशहा जहांगिरकडे पाठविली. जहांगिरही यामुळे खूप

आनंदित झाला. त्याने अमरसिंगाला कोणत्याही प्रकारे त्रास न देण्याचे अश्वासन दिले आणि युवराज कर्णसिंगला मोगल दरबारात पाठविण्याविषयी सांगितले.

अशा प्रकारे संदेशाची देवाण घेवाण कर्णसिंग आणि मोगल सम्राट यांच्यात होत होती; पण अमरसिंगाला मात्र याबाबत काहीही माहीत नव्हते. कर्णसिंगाने ही बातमी अमरसिंगाला दिली. बातमी ऐकल्यावर तो खूप गंभीर झाला. त्याच्या चेहऱ्यावर अचानक उदासपणा आला आणि बारच वेळ तो एक शब्दही बोलू शकला नाही. काही वेळानंतर ते म्हणाले, "तुमची हीच इच्छा असेल, तर मलाही सहन करावे लागेल. मी एकटा काय करू शकतो? मोगलांची सेवा. त्यांच्या आदेशांचे पालन. माझ्या वडीलधाऱ्यांनी जे कधीही केले नाही ते मला करावे लागणार आहे..."

त्यानंतर ते स्वतः शाहजादा खुर्रमकडे गेले. त्यांचा मोगलावर पूर्ण विश्वास नव्हता, त्यामुळे त्यांनी एकट्या कर्णसिंगाला तिकडे पाठविले नाही. ते स्वतः एकटे खुर्रम कडे जाऊ इच्छित होते, पण अनेक राजपूत स्वतः होऊन त्यांच्यासोबत निघाले. त्यामध्ये त्यांच्या तीन पुत्रांशिवाय भीमसिंग, सूरजमल, बागसिंग सहसलमल्ल यांच्याशिवाय इतरही अनेक राजपूत होते. ते खुर्रमशी गोगुंदा इथे भेटले. शाहजादा खुर्रमने स्वतः त्यांचे स्वागत केले. अमरसिंगाने खुर्रमला अनेक भेटी दिल्या. त्यानंतर अमरसिंग आपल्या ठिकाणी परत आले. मग कर्णसिंगाला खुर्रमकडे पाठविण्यात आले. १८ फेब्रुवारी १६१५ रोजी शहजादा खुर्रम युवराज कर्णसिंगाला घेऊन सम्राट जहांगिरकडे अजमेरला पोहचला. जहांगिरने कर्णसिंगाला अनेक पुरस्कार दिले तसेच पाचहजारी मनसब दिली. त्यानंतर कर्णसिंग उदयपूरला परत आला.

या बदललेल्या राजकीय परिस्थितीत कर्णसिंग उदयपूरला पोहचल्यावर सगर आपल्या कुटुंबियासह चितौड सोडून बादशहाकडे गेला. बादशहाने त्याला रावतची उपाधी दिली आणि भदौरा प्रांताची जहांगिरी दिली. अशा प्रकारे आपल्याला असे आढळून येते, की अमरसिंगाने यथाशक्ती मोगलांशी संघर्ष केला, पण त्याच्यामध्ये महाराणा प्रतापासारख्या संकल्प शक्तीचा अभाव होता. त्यामुळे त्याने परिस्थितीला शरण जाणेच योग्य समजले. अनेक शतकांपासून अविरतपणे सुरू असलेली मेवाडची गौरवशाली परंपरा त्याने मोडून तोडून टाकली. त्याने मोगलांचे अधिपत्य स्वीकारले. ३० ऑक्टोबर १६२० रोजी उदयपूरमध्ये त्यांचे निधन झाले.

महाराणा कर्णसिंग

अमरसिंगाच्या मृत्यूनंतर ७ फेब्रुवारी १६२० रोजी त्यांचा जेष्ठ पुत्र कर्णसिंग मेवाडच्या गादीवर बसला. वास्तविक पाहता मोगलांचे अधिपत्य स्वीकारण्यामागे कर्णसिंगाची भूमिकाच महत्त्वाची होती. कर्णसिंगाची प्रशासन व्यवस्था अतिशय समाधानकारक होती. जहांगिरशी मतभेद झाल्यावर शहजादा खुर्रम उदयपूरलाच येऊन राहिला. १६२६ मध्ये जहांगिर आणि खुर्रम यांच्यामध्ये समझौता झाला. त्यामुळे खुर्रमने दाराशिकाह आणि औरंगजेब या आपल्या दोन पुत्रांना जहांगिरच्या सेवेत पाठविले. त्यानंतर जहांगिरचे निधन झाल्यावर खुर्रम दक्षिणेकडून गुजरात मार्गे आग्र्याला जात होतो तेव्हा तो गोगुंद्याला थांबला. यावरून खुर्रम आणि कर्णसिंग यांचे संबंध अतिशय चांगले होते, असे दिसते. त्यानंतर खुर्रम आग्र्याकडे निघाला तेव्हा कर्णसिंगाने आपला धाकटा भान अर्जुनसिंग याला त्याच्यासोबत पाठविले. तो स्वतः उदयपूरला आला. त्याच्यानंतर लवकरच कर्णसिंगाचे निधन झाले.

महाराणा जगतसिंग पहिला

कर्णसिंगाच्या नंतर ९ मे १६२८ ला जगतसिंग पहिला मेवाडच्या गादीवर बसला. तो लहानपणापासूनच अतिशय कुशाग्र बुद्धीचा होता. देवलिया, डुंगरपूर, सिरोहीवर सैनिकी कारवाई आणि बांसवाड्याच्या रावलवर दंड ही त्याच्या कारकीर्दितील काही महत्वाची कामे होते १६५२ मध्ये त्याला तीर्थयात्रेला जायचे होते, पण त्याच वर्षी २५ ऑक्टोबर रोजी त्यांचे निधन झाले.

महाराणा राजसिंग पहिला

१४ फेब्रुवारी १६५३ रोजी मेवाडच्या राजगादीवर महाराणा राजसिंग पहिला यांचा राज्याभिषेक झाला. याप्रसंगी सम्राट शाहजहानेही त्याला तिलक लावण्याची व्यवस्था केली होती. आता मेवाडचा राजवंश मोगलाच्या अधिपत्याखाली आला होता, तरीही महाराणा राजसिंग हे महाराणा प्रतापने घालून दिलेल्या आदर्शानुसार चालणारे एक स्वाभिमानी सिसोदिया नरेश होते. अमरसिंगाने मोगलाचे अधिपत्य स्वीकारून लावलेला डाग पुसून काढण्याची इच्छा बाळगून होते.

सिंहासनावर बसल्यावर त्यांनी अतिशय वेगाने चितौड किल्ल्याची दूरूस्ती करण्याचे काम हाती घेतले. याच वेळी मोगल सम्राटाच्या प्रतिनिधींनी मालवा आणि अजमेर येथील मंदिरात गोवधासारख्या घटना केल्यामुळे महाराणाचा असंतोष वाढविला. त्यांच्या सेवकांनीही मोगलांशी कुरापती काढायला सुरूवात केली. राजसिंग मोगल सम्राटाविरूद्ध बंड करण्याची तयारी करीत असल्याची माहिती शाहजहांला मिळाली. शाहजहाने राजसिंगचे काका गरिबदास याला सातशेची मनसब आणि जहागीर प्रदान केली. तसेच एका सैन्यासह राजसिंगाच्या विरूद्ध पाठविले. गरिबदास त्या काळात मोगल दरबारातच नोकरीला होते. गरिबदास मेवाडला पोहचल्यावर त्याने राजसिंगाविरूद्ध युद्ध केले नाही. ते थेट राजसिंगाकडे गेले आणि त्याला एकूण परिस्थिती सांगितली. राजसिंगाने त्यांना आपला सल्लागार नेमले.

१६ ऑक्टोबर १६५४ रोजी शहाजहा अजमेर येथील चिश्ती दर्ग्यात जियारत करण्याच्या निमित्ताने मेवाड मोहिमेवर निघाला. त्याने एका बाजूला वीस हजार घोडदलासह मौलवी सादुल्लाखानला चितौडकडे पाठविले तसेच मुन्शी चंद्रभान नावाच्या एका ब्राह्मणाला राजसिंगाला समजावून सांगण्यासाठी दूत म्हणून पाठविले. अनावश्यक रक्तपात टाळण्याचा त्याचा विचार होता. सादुल्ला खान चितौडला पोहचला तेव्हा त्याला चितौडचा किल्ला रिकामा केल्याचे आढळून आले. राजसिंगाने आधीच किल्ला रिकामा केला होता. त्याने सर्व प्रजेला आधीच जंगलात पाठवून चितौड उजाड करायला सुरूवात केली.

चंद्रभान महाराणा राजसिंग यांच्याकडे पोहचला तेव्हा महाराणाने त्याचे योग्य प्रकारे स्वागत केले. चंद्रभानने महाराणाला अनेक प्रकारे समजावून सांगितले. त्याने असा सल्ला दिला की राजकुमाराला बादशहाकडे पाठविले जावे. यामध्येच मेवाडचे हीत आहे. या विषयावर दोघांमध्ये दीर्घ चर्चा झाली. त्यावेळी कुमार सुल्तानसिंग यांचे वय अवघे ५-६ वर्षांचे होते. दाराशिकोहने कुमार सुल्तानसिंग याला बादशहाकडे पाठविले. तो २ डिसेंबर १६५४ रोजी बादशहाकडे पोहचला. बादशहाने कुमारला खिलाअत दिली. त्याच्या दुसऱ्या दिवशी कुमार सुल्तानसिंग उदयपूरला परत आले.

महाराणा राजसिंग एक कुशल राजनीतीतज्ज्ञ होते. त्यामुळे त्यांनी मौलवी

सादुल्लाखान केड आधीच मधुसुदन भट्ट आणि रायसिंग झाला यांना पाठविले होते. या दोघांनी सादुल्ला खान याला अनेक प्रकारे समजावून सांगितले, पण गरिबदासच्या घटनेमुळे तो राजसिंगावर अतिशय संतापला होता. परिस्थिती प्रतिकूल असल्याचे पाहून त्यावेळी गप्प बसणेच महाराणाने पंसत केले. नाही तर मेवाड उजाडल्यामुळे ते अतिशय संतप्त झाले होते. त्यामुळे मोगलांना विरोध करण्याऐवजी आपली परिस्थिती अधिक चांगली करण्यासाठी एक विशाल सेना तयार करण्याचा विचार करू लागले.

औरंगजेबानंतर शाहजहा मोगल सम्राट झाला. त्याने मेवाडमधील एक प्रसिद्ध ठिकाण मांडलगड हे कृष्णगढचे राजे रूपसिंग यांना दिले. यामुळे राजसिंग संतप्त होणे स्वाभाविक होते. ते हा अपमान सहन करू शकले नाहीत. त्यामुळे त्यांनी सैन्य पाठवून मांडलगढ आपल्या ताब्यात घेतले. इतकेच नाही तर १८ ऑक्टोबर १६५७ मध्ये दसऱ्याच्या दिवशी त्यांनी आपल्या नवीन सेनेचे भव्य प्रदर्शन केले. या नव्याने स्थापन केलेल्या सैन्याला त्यांनी मोगलांनी ताब्यात घेतलेला मेवाडचा प्रदेश स्वतंत्र करण्यासाठी पाठविले. सैना आपल्या मोहिमेवर निघाली. १२ मे १६५८ रोजी खैराबाद, मांडल आणि दरिबावर त्यांनी ताबा मिळविला. या ठिकाणाहून मोगलांना पळवून लावल्यावर त्या ठिकाणी मेवाडची ठाणी उभारली. ही माहिती शहाजहांला मिळाली तेव्हा तो अतिशय संतप्त झाला; पण त्यावेळी तो काहीही करू शकला नाही. कारण त्यावेळी त्याचे स्वतःचे पुत्रच त्याच्या विरूद्ध बंड करण्याच्या तयारीत होते.

महाराजा राजसिंगने या संधीचा फायदा घेत औरंगजेबाकडे मैत्रिचा हात केला. दोघांमध्ये पत्रांची देवाण घेवाण झाली. औरंगजेबालाही या वेळी आपली परिस्थिती अधिक मजबूत करायची होती. त्यामुळे त्याने राजसिंगाशी मैत्री स्वीकारली. शुजाला पराभूत करण्यासाठी औरंगजेब बंगालला गेला तेव्हा त्याने राजसिंगाकडे मदत मागितली. राजसिंगाने आपला लहाना पुत्र सरदरसिंग याला त्याच्यासोबत पाठविले. शुजाचे दमन केल्यानंतर औरंगजेब प्रयागला परतला तेव्हा दाराशिकोह पंजाबच्या सिंध, कच्छ या प्रांतातून गुजरातला आला. २३ फेब्रुवारी १६५९ रोजी त्यानेही राजसिंगाला मदत करण्यासाठी पत्र पाठविले. दोघा भावांना आपसात लढवून

मोगल साम्राज्य खिळखिले करण्याचा राजसिंगाचा डाव होता. त्यामुळेच त्यांना दाराशिकोहला काहीही उत्तर दिले नाही. यावेळी मांडलगढ आणि बदनौर त्याच्या अधिकारात आले होते. औरंगजेबही त्याला प्रत्येक प्रकारे आनंदी ठेवू इच्छित होता. त्यामुळे त्याने डुंगरपूर, बांसलवाडा, गयासपूर, बसावार या ठिकाणी महाराणाची सत्ता मन्य केली. त्यासाठी त्याने आपले फर्मान पाठविले.

योग्य संधी मिळताच महाराणाने आपल्या राज्याचा विस्तार करायला सुरूवात केली. याच उद्देशाने त्यांनी बीसलवाड्याला आपल्या ताब्यात घेण्यासाठी सैन्य पाठविले. बीसलवाड्याचे रावल समरसिंगने महाराणाचे अधिपत्य मान्य केले. त्याने दंड म्हणून मेवाडला दहा लाख रूपये दिले. मेवाडचा सेनापती फतेहचंदने फक्त वीस हजार रूपये घेऊन बाकी सर्व रूपये आणि गावे रावल समरसिंगला परत केली. त्यानंतर ते महाराणाकडे परत आले. बीसलवाड्यानंतर मेवाडच्या सैन्याने डुंगरपूरला प्रयाण केले. तेथील रावल गिरीधरनेही मेवाडचे अधिपत्य मान्य केले.

या वेळी वडील शहाजहाला बंदी करून आणि आपल्या भावंडाची हत्या करून औरंगजेब स्वतः मोगल सम्राट झाला होता. त्यामुळे त्याला प्रसन्न करण्यासाठी राजसिंगाने त्याला भेट म्हणून एक हत्तीण आणि दाग दागिने पाठविले. या सर्व भेटी घेऊन उदयकर्ण चौहाम ९ सप्टेंबर १६५९ रोजी औरंगजेबाकडे दिल्लीला पोहचला. या भेटी औरंगजेबाने आनंदाने स्वीकारल्या. त्याने स्वतः उदयसिंगासोबत महाराणा राजसिंगासाठी एक घोडा आणि खिलाअत पाठविली.

या विश्लेषणावरून हे स्पष्ट होते, की यावेळेपर्यंत महाराणा समरसिंगाचे औरंगजेबाशी मैत्रिपूर्ण संबंध होते. अर्थात औरंगजेबासारख्या कट्टरपंथी आणि संकुचित विचाराच्या सम्राटासोबत कोणताही उदार आणि स्वाभिमानी राजा नेहमीसाठी आपले चांगले संबंध ठेवू शकत नव्हता. हे वेगळे सांगण्याची काहीच आवश्यकता नाही, की लवकरच त्याचे औरंगजेबाशी असलेले संबंध कटुतापूर्ण झाले. सम्राट जहांगिरने एक नियम केला होता, की मोगल साम्राज्याच्या अधिपत्याखाली असलेले राजपूत राजे सम्राटाच्या आज्ञेशिवाय परस्पर विवाह संबंध जोडू शकत नव्हते. याच्या मागे सर्वात महत्त्वाचे आणि मुख्य कारण असे होते, की पारंपरिक विवाह संबंधाच्या माध्यमातून हे राजे परस्पर संबंधाने जोडले जाणे मोगल सम्राटासाठी

धोकादायक होते. त्याच बरोबर यामागे आणखी एक महत्त्वाचे कारण असे होते, की मोगल शासकांना सुंदर राजपूत कन्याची डोली आपल्या घरी मागवित असत.

रूपनगरच्या राजाची मुलगी चारूमती अद्वितीय सुंदरी होती. तिच्या सौंदर्याचे वर्णन ऐकून औरंगजेब बादशहाला तिच्याशी विवाह करण्याची इच्छा निर्माण झाली. चारूमतीचा भाऊ मानसिंगही औरंगजेबाच्या दरबारात होता. त्याने आपल्या बहिणीचा विवाह औरंगजेबाशी लावायला परवानगी दिली. तसे वचनही दिले; पण त्याचे आई वडील मात्र या लग्नाच्या विरूद्ध होते. तेही औरंगजेबाच्या अधिपत्याखाली होते. त्यामुळे या विवाहाला विरोध करून त्याचा कोप सहन करण्याची त्याची इच्छा नव्हती. त्यांनी अतिशय युक्तीने काम केले. त्यांनी स्वतः चारूमतीच्या हाताने महाराणा राजसिंगला विवाहाचा प्रस्ताव देणारे पत्र पाठविले. हे पत्र घेऊन एक ब्राह्मण महाराणाकडे गेला. त्यामुळे महाराणा राजसिंग रूपनगरला पोहचले आणि त्यांनी चारूमतीशी विवाह केला. इथूनच त्यांचे औरंगजेबाशी संबंध बिघडले. संतप्त होऊन औरंगजेबाने गयासपूर आणि बसावपूरला उदयपूरपासून वेगळे केले आणि रावत हरिसिंगला दिले. राजसिंगने सम्राटाच्या या वागण्याबद्दल आपली नाराजी व्यक्त केली. याविषयी त्याला एक पत्रही लिहिले. पण त्याचा काहीही परिणाम झाला नाही.

या सर्वांसोबत महाराणाने अनेक नवीन मंदिराची उभारणी केली. तसेच मथुरेतील गोसायांना आपल्या राज्यात आश्रय दिला. या कामामुळे औरंगजेब राजसिंगावर आणखीच संतप्त झाला. शेवटी २० जानेवारी १६७९ रोजी तो दर्ग्यात नमाज पढण्याच्या निमित्ताने अजमेरला आला. राजसिंगाने त्याचा इरादा ओळखला. त्यामुळे त्याने आपला एक वकील त्यांच्याकडे पाठविला. औरंगजेबाने वकिलाला ज्या काही आज्ञा दिल्या त्या सर्व त्या वेळी तरी राजसिंगाने स्वीकारल्या.

औरंगजेबासोबतचे त्यांचे संबंध सुधारतात न सुधारतात तोच औरंगजेबाने हिंदुवर जिझिया कर लावला. हा हिंदूसोबत धार्मिक अन्याय असल्याचे राजसिंगाला वाटले. त्यामुळे त्यांनी नाराज होऊन हे अयोग्य असल्याचे औरंगजेबाला पत्र लिहिले. परमेश्वरासमोर हिंदु आणि मुसलमान दोघेही सारखेच असल्याचे त्यांनी या पत्रात नमूद केले. सम्राट हा परमेश्वराचा प्रतिनिधी आहे. त्यामुळे परमेश्वराच्या नावे अशा

प्रकारचा भेदभार करणे अतिशय अयोग्य आहे. यामुळे सम्राटाचे यश काळवंडून जाईल. हे पत्र मिळाल्यावर आणि ते वाचल्यावर औरंगजेब अतिशय संतप्त झाला. त्याने लगेच उदयपूरवर हल्ला करण्याचा आदेश दिला. १५ सप्टेंबर १६७९ रोजी त्याने सैन्यासह उदयपूरसाठी प्रस्थान केले. १८ जानेवारी १६८० रोजी मोगल सेना मेवाडमध्ये पोहचली. तिथे पोहचल्यावर सैन्याला उदयपूरवर हल्ला करण्याचा आदेश देण्यात आला.

महाराजा राजसिंग यांना औरंगजेबाच्या हालचालीची माहिती मिळाली तेव्हा त्यांनी आपली प्रजा, कुटुंबिय आणि मुले यांना मकाम देवी माता डोंगरात पाठविले. आपले सामंत, वीर आणि भिलांना आदेश दिले की संधी मिळताच मोगल सैन्याला पाठविण्यात येणारे साहित्य लुटावे. मोगल सेनापतीने ही गोष्ट औरंगजेबाला सांगितली. याक्का, ताज खांन इ. मोगल सेनापती हिंदुची मंदिरे तोडीत उदयपूरला पोहचले. २७ जानेवारीला मोगल शहजादा अकबर एक विशाल सेना घेऊन निघाला. महाराणा राजसिंगचा पाठलाग करण्यासाठी त्याने सैन्याला जंगलात घुसण्याचा आदेश दिला. ५ मार्च रोजी औरंगजेबानेही चितौडकडे प्रयाण केले. त्याने ६३ मंदिरे पाडली. नंतर खानेजहा नावाचा सेनापती चितौडला पोहचला. त्यानंतर शहाजादा अकबराला आदेश मिळाला की त्याने आपल्या सैन्यासह चितौडच्या किल्ल्यात तळ ठोकावा. त्यामुळे अकबर चितौडच्या किल्ल्यात राहू लागला. राजपुतांच्या मोगलांशी अनेक वेळा घनघोर लढाया झाल्या. अनेक वेळा मोगल सैन्याला पराभव स्वीकारावा लागला, पण तरीही शेवटी त्यांचेच पारडे जड राहिले.

त्यानंतर आपल्या ठिकाणी शहाजादा अकबराची नियुक्ती करून औरंगजेब अजमेरला रवाना झाला. महाराणा राजसिंग वास्तविक स्वरूपात महाराणा प्रताप यांचे खरे वारसदार होते. ते आयुष्यभर मोगलांशी संघर्ष करीत राहिले. हार किंवा जीत मनाची असते, शरीराची नाही. त्यांनी मनापासून कधीही पराभव मान्य केला नाही. या महान स्वातंत्र्यप्रेमी वीराचा मृत्यू ३ नोव्हेंबर १६८० रोजी कुंभलगड परगाण्यातील ओडा गावात झाला. कोणत्याही आजारपणाशिवाय सहजच त्यांचे निधन झाले होते. शेवटी या विषयी असेही म्हटले जाते की त्यांचा स्वभाव अतिशय तीव्र असल्यामुळे काही लोक त्यांच्यावर सतत नाराज असत. त्यामुळे त्यांना विष

दिले होते. ते काहीही असले तरीही महाराणा राजसिंग एक स्वाभिमानी आणि स्वातंत्र्यप्रेमी राजपूत राजा होते. मेवाडचा अस्ताला गेलेला सूर्य पुन्हा प्रस्थापित करण्यासाठी त्यांनी केलेले प्रयत्न अतिशय कौतुकास्पद स्वरूपाचे होते. त्यांना आपले ध्येय गाठण्यात यश मिळाले नाही, तरीही त्यामुळे त्यांचे कार्य कमी महत्त्वाचे ठरत नाही. त्यांना आपल्या कामात यश मिळाले असते, तर कदाचित मेवाडचा आणि भारताचा इतिहास आज वेगळा असला असता.

महाराणा जयसिंग

राजसिंग यांचे निधन झाले त्यावेळी जयसिंग कुरज गावात मोगल सैन्याशी लढत होते. तिथेच ३ नोव्हेंबर रोजी त्यांना अभिषेक करण्यात आला. त्यांचा जन्म १५ फेब्रुवारी १६५३ रोजी झाला होता. ते महाराणा झाले नेमक्या त्याच वेळी शहाजादा अकबरने औरंगजेबाविरूद्ध बंड करून स्वतःला सम्राट घोषित केले होते. या कामी राजपूतांनीही त्याला मदत केली होती. त्याच्याकडे ७० हजारापेक्षा जास्त सैन्य जमा झाले होते. औरंगजेब येत असल्याची बातमी कळल्यावर तो त्याचा सामना करण्यासाठी सज्ज झाला. या वेळी औरंगजेबाने कुटनीतीचा वापर केला. त्याने अकबराच्या नावे एक पत्र लिहिले आणि अतिशय धूर्तपणे ते पत्र राजपुतांच्या हातात पोहचविले. हे पत्र वाचून राजपूतांना असे वाटले की औरंगजेबाच्या सांगण्यावरून अकबर त्यांच्याशी धोका करीत आहे. औरंगजेबाची युक्ती कामी आली. त्यामुळे २८ जानवारी १६३१ रोजी अकबर पळून गेला. त्यानंतर जयसिंग आणि औरंगजेब यांच्यात समेट झाला.

सिसौदिया लोक मद्यपान करीत नसत, पण जयसिंगाचा मोठा मुलगा अमरसिंग याच्या एका पत्नीला मद्यपानाची सवय होती. तिने अमरसिंगालाही याची सवय लावली. अमरसिंग मद्यपान करू लागला. त्यामुळे जयसिंग खूप निराश झाला. त्याने अमरसिंगाला दटावले, पण त्याचा त्याच्यावर काहीही परिणाम झाला नाही. उलट तो जयसिंगावर खाली पाहण्याची वेळ आणू लागला. राजपूतांमधील एका प्रथेनुसार वडील जिवंत असताना मुलगा पांढरी पगडी घालू शकत नसे. अमरसिंग मात्र एकदा आपल्या मुलाच्या डोक्यावर पांढरी पगडी घालून जयसिंगासमोर गेला. त्यावेळी जयसिंग जयसमुद्रावर गेले होते. पुत्राच्या अशा वागण्याने त्यांना खूप

दुःख झाले. त्यामुळे शेवटी त्यांनी अमरसिंगाला उदयपूर सोडून जाण्याची आज्ञा केली. अमरसिंग उदयपूरच्या पूर्वेला सुमारे आठ कोस दूर अंतरावर असलेल्या कर्णपूर गावी गेला. मेवाडचे बहुतेक सामंत अमरसिंगाच्या बाजूने होते. परिस्थिती आपल्याला अनुकूल नसल्याचे पाहून जयसिंगालाच उदयपूर सोडावे लागले. उदयपूर सोडल्यावर ते नाडौलच्या जंगलात गेले. अमरसिंगाने हाडा राजपुतांच्या मदतीने सोबत सिसोदिया राजपूत घेऊन उदयपूरवर ताबा मिळविला. आपला राज्याभिषेक करवून घेतला आणि स्वतः महाराणा झाला.

अमरसिंगाच्या अशा वागण्यामुळे महाराणा जयसिंगाला काळजी वाटणे स्वाभाविक होते. घरातील या फुटीचा प्रत्यक्ष फायदा मोगलांना होणार होता. या सर्व गोष्टींचा विचार करून जयसिंगांच्या सामंतांनी काही राजपुतांना अमरसिंगाकडे पाठविले. खूप समजावल्यानंतर शेवटी राजकुमार अमरसिंग राजी झाला. त्याला वैयक्तिक खर्चासाठी वार्षिक ३ लाख रूपयांची जहागिरी देण्यात आली. त्याच बरोबर असेही नक्की झाले की महाराणा जयसिंग उदयपूरला राहतील, तर अमरसिंग राजनगरला. १६९२ मध्ये अमरसिंगाच्या या बंडाचा शेवट झाला. ५ ऑक्टोबर १६९८ रोजी महाराणा जयसिंगाचे निधन झाले.

महाराणा अमरसिंग दुसरा

जयसिंग याचा जन्म ११ ऑक्टोबर १६७२ रोजी झाला होता. त्याच्या निधनाचे वृत्त समजताच ते उदयपूरला निघाले. उदयपूरला गेल्यावर १० ऑक्टोबर रोजी अमरसिंग मेवाडच्या गादीवर बसले. यावेळी त्यांनी आपल्या विरोधकांनाही भेटी देऊन आपले मित्र केले.

वीरविनोद महामहोपाध्याय कविराजने लिहिले आहे, की इ.स.१७०८ मध्ये जोधपूर आणि जयपूरचे राजे उदयपूरला आले. दोघांनी महाराणा अमरसिंगासमोर प्रस्ताव ठेवला की सर्व राजपूत राजांनी अमरसिंग यांच्या नेतृत्वाखाली मोगल साम्राज्य नष्ट करावे आणि अमरसिंगाला भारताचा सम्राट करावे. याशिवाय राजपूत राजकुमारीची डोली मोगलाकडे न पाठविण्याबाबतही चर्चा झाली.

२२ डिसेंबर १७१० रोजी महाराणा अमरसिंग दुसरा याचे निधन झाले.

महाराणा संग्रामसिंग दुसरा

२२ डिसेंबर १७१० रोजी महाराणा संग्रामसिंग याचा राज्याभिषेक झाला. अभिषेक महोत्सवर ८ मे १७११ रोजी साजरा करण्यात आला.

मोगल सम्राटाने पूर मंडल इत्यादीचा अधिकार रणबाज खान मेवाती याला दिला होता. त्यामुळे महाराणा संग्रामसिंग याने रणबाज खानवर आक्रमण केले आणि विजय मिळविला. माधवसिंग यांचे उदयपूरला येणे इ. घटना संग्रामसिंगच्या सत्ता काळातच घडल्या.

वरील घटनांशिवाय महाराणा संग्रामसिंग यांच्या जीवनात विशेष काही घडले नाही. २३ जानेवारी १७३४ रोजी त्यांचे निधन झाले. त्यांचा जन्म १ एप्रिल १६९० ला झाला होता. त्यांना १६ राण्या असल्याचा इतिहासाच्या पुस्तकात उल्लेख आहे. पण त्यांच्या फक्त ६ राण्यांचीच नावे आढळून येतात. जी अशा प्रकारे आहेत, अतरकुंवर, सुरजकुंवर, उम्मेद कुंवर, रामकुंवर, इंद्रकुंवर, महाकुंवर इ. त्यांना चार पुत्र होते. जगतसिंग, नाथसिंग, बाघसिंग आणि अर्जुनसिंग. वडिलांच्या निधनानंतर जगतसिंग महाराणा झाले.

महाराणा जगतसिंग दुसरा

ज़गतसिंगाचा राज्याभिषेक २ फेब्रुवारी १७३४ रोजी झाला आणि अभिषेक महोत्सव याच वर्षी१५ जून रोजी झाला. मराठ्यांच्या प्रभावामुळे जगतसिंग आधीच काळजी करीत बसले होते. त्यामुळे राजपूतान्यामधील मराठ्यांचा प्रभाव कमी करण्यासाठी उदयपूरने इतर काही राज्यांशी चर्चा केली. ही राज्येही महाराणाशी सहमत होती. त्यामुळे त्यांनी मराठ्यांशी दीर्घ पत्र व्यवहार केला. महाराणाची शहापूरवर चढाई, महाराणा आणि कुंवर प्रतापसिंग यांचा परस्पर विरोध, महाराणाचे जयपूरवर सैनिक अभियान, जगनिवासचा निर्णय, महाराणा आणि जयपूरच्या सैन्यातील यद्ध या काही जगतसिंग यांच्या काळातील महत्त्राच्या घटना होत.

१६ जून १७५१ रोजी महाराणा जगतसिंग याचे निधन झाले. त्यावेळी त्यांचे वय ४२ वर्षांचे होते. त्यांचा जन्म २९ सप्टेंबर १७०९ मध्ये झाला होता. प्रतापसिंग आणि अरिसिंग असे त्यांना दोन पुत्र होते. त्यांच्या मृत्यूनंतर प्रतापसिंग

त्यांचे वारस झाले.

महाराणा प्रतापसिंग द्वितीय

महाराणा प्रतापसिंग द्वितीय यांचा राज्याभिषेक १६जून १७५१ रोजी झाला. त्यांचा जन्म ८ ऑगस्ट १७२४ रोजी झाला होता. त्यांची आई नाहरसिंग सोळंकी यांची कन्या होती. यांचे वडील महाराणा जगतसिंग आजारी होते तेव्हा नागौरचे राजा नाथसिंग, देवगढचे रावत जसवंतसिंग, देवळपाडाचे राजे राघववेद, सनवाडचे भारत सिंग आणि शाहापुराचे राजा उम्मिद सिंगने यांना कैद केले होते. कारण प्रताप सिंगने महाराणा व्हावे, असे त्यांना वाटत नव्हते. महाराणा जगतसिंगने त्यांना असे करू दिले नाही. महाराणा झाल्यावर प्रतापने या पाचही जणांना आपल्याकडे बोलावले. प्रतापसिंग अतिशय बुद्धिमान आणि शूर असल्याचे म्हटले जाते.

महाराणा प्रताप दुसरा याचे निधन जानेवारी १७५४ मध्ये झाले. त्यांना चार राण्या होत्या. महाराणा जिवंत असतानाच पहिली राणी स्वर्गवासी झाली. दुसरी राणी बनेकुंवर आणि तिसरी माया कुंवर या दोघी जणी पतीसोबत सती गेल्या, चौथी राणी वख्तावर कुंवर हिच्या पोटी राजसिंग यांचा जन्म झाला.

महाराणा राजसिंग दुसरा

प्रतापसिंग दुसरा यांच्या नंतर राजसिंग दुसरा हे मेवाडचे महाराणा झाले. त्यांचा राज्याभिषेक १० जानेवारी १७६४ मध्ये झाला. त्यांचा जन्म १७ मे १७५४ ला झाला होता आणि सिंहासनावर बसताना त्यांचे वय अवघे दहा वर्षे होते. त्यावेळी संपूर्ण उत्तर भारतात मराठ्यांचा जोर होता आणि अल्पवयीन महाराणामुळे राज्यात मोठी अनागोंदी माजली होती. राज्यात मराठ्यांचा दबदबा वाढला. प्रतापसिंगाच्या कालावधीतच राजा नाथसिंगला उदयपूर सोडावे लागले होते, त्यांच्या मृत्यूनंतर तो परत उदयपूरला आला. याच काळात सिंधीयाने मारवाडवर स्वारी केली होती. त्याच वेळी एका खोकर राजपूताने धोक्याने शिंदीयाला मारून टाकले. इकडे मराठ्यांना असे वाटले की हे काम उदयपूर वाल्यांनी केले आहे. त्यामुळे मराठ्यांनी जैतसिंगावर कारवाई केली. जैतसिंग आणि इतर अनेक वीर मारले गेले.

त्यामुळे उदयपूरवाल्यांना खूप दुःख झाले. याच वेळी शाहपुराच्या राजाने उदयपूरचे स्वामीत्व मान्य केले. महाराणा राजासिंग दुसरा यांचे निधन ३ एप्रिल १७६१ ला झाले.

महाराणा अरिसिंग तिसरा

अतिशय कमी वयात राजासिंग यांचे निधन झाल्यावर राज्यात दुःख पसरले. त्यांचा कोणीही वारसदार मागे उरला नाही. त्यामुळे महाराणा जगतसिंह दुसरा यांचा लहाना मुलगा अरिसिंग तिसरा याला मेवाडच्या गादीवर बसविण्यात आले. यांचा राज्याभिषेत ३ एप्रिल १७६१ रोजी झाला. अरिसिंग तिसरा उद्धट स्वभावाचा होता. एकदा ते भगवान एकलिंग यांच्या दर्शनासाठी निघाले होते. समोरून येणाऱ्या सामंताच्या सैन्याच्या दोन तुकड्यांना रस्ता सोडण्याचा आदेश देण्यात आला. रस्ता इतका चिंचोळा होता की असे करणे शक्य नव्हते. त्यामुळे अरिसिंगाच्या आज्ञेनुसार सामंतावर लाठीमार करण्यात आला. त्यांने प्रशासकीय पदांमध्येही बदल केले. त्यामुळे आणखीच अनागोंदी माजली. जानेवारी १७६९ मध्ये मराठ्यांनी मेवाडवर स्वारी केली. तीन दिवस जोरदार युद्ध केल्यानंतर १६ जानेवारी रोजी मराठे पळून गेले. हे मेवाडच्या सैन्याचे अखेरचे युद्ध होते, असे म्हणतात. नंतर महाराणा आणि मराठे यांचे संबंध सुधारले. ९ मार्च १७७३ रोजी अरिसिंग तिसरा यांचे निधन झाले. त्यांचा मृत्यू बुंदीचा राजा अजितसिंग याने विश्वासघात केल्यामुळे झाला.

महाराणा हमीरसिंग दुसरा

अरिसिंग तिसरा यांच्या नंतर ११ मार्च १७७३ रोजी त्यांचे जेष्ठ चिरंजिव हमीरसिंग दुसरा मेवाडच्या गादीवर बसले. हमीरसिंग यांचा जन्म १३ जून १७६१ रोजी झाला होता. तेही बालकच होते. त्यामुळे महाराज वाघसिंग आणि अर्जुनसिंग नावाचे दोन सरदार पूर्ण स्वामीभक्तीने राज्याचा गाडा हाकीत होते. हमीरसिंग सत्तेवर आला तेव्हा मेवाडचा राजकोष रिता झाला होता. मेवाडच्या मराठा सैन्याने आपले वेतन मागितले. त्यांना अनेक प्रकारे समजावून सांगण्यात आले, पण माधवराव शिंदे यांचा जावई वैरजी ताकपीर चितोडच्या पायाजवळील नगरे लुटू लागला. हा अपमान पाहून मेवाडचे वीर सैनिक त्याच्यावर तुटून पडले. परिणामी

मराठे पळून गेले. डिसेंबर १७७७ मध्ये महाराणा हमीरसिंग एकदा शिकारीसाठी गेले तेव्हा त्यांची बंदूक हातातच फुटली. विष पसरल्यामुळे ६ जानेवारी १७७८ रोजी त्यांचे निधन झाले.

महाराणा भीमसिंग दुसरा

इतक्या कमी वयात हमीरसिंग यांचे निधन झाल्यामुळे संपूर्ण मेवाड दुःखात बुडाले. शेवटी ७ जानेवारी १७७८ रोजी हमीरसिंग यांचा लहान भाऊ दहा वर्षे वयाचा भीमसिंग याला मेवाडच्या गादीवर बसविण्यात आले. त्यांचा जन्म १० मार्च १७६८ रोजी झाला होता. भीमसिंग राजा झाल्यावर मराठ्यांनी मेवाडमध्ये अधिक विध्वंस करायला सुरूवात केली. राज्यातील अनेक जिल्हे हातातून गेले. सामंत आणि जहागीरदार मनमानी करू लागले. जागोजागी बंडाळी माजली.

जानेवारी १७८८ मध्ये मराठ्याचे सैन्य मन्दसौरहून मेवाडवर स्वारी करण्यासाठई निघाले. अनेक राजपूत वीरांनी एकत्र येऊन मराठ्यांचा सामना केला. त्यामध्ये अनेक मारले गेले. काही जखमी झाले. तर काही बंदी झाले. एकुणात काय तर भीमसिंग यांचा कार्यकाळ अशांततेचा होता. शेवटी ३० मार्च १८२८ रोजी भीमसिंग यांचेही निधन झाले.

महाराणा जवानसिंग

महाराणा भीमसिंग यांच्या निधनानंतर ३१ मार्च १८२८ रोजी त्यांचे पुत्र जवानसिंग मेवाडचे महाराणा झाले. ते अतिशय पितृभक्त आणि उदार होते. त्यांचे आपल्या प्रजेवर खूप प्रेम होते. त्यांचे कर्मचारी जमा खर्चाचा योग्य तपशील देत नसत. महाराणा त्यांच्या बोलण्यावर विश्वास ठेवीत असत. नाथद्वार वाल्यांना मुख्त्यार करण्यासाठी एजंट गर्व्हरनर जनरल यांच्याशी पत्र व्यवहार, अजमेरच्या गर्व्हनर जनरलशी थेट भेट, शहापूरहून इंग्रजांची जप्ती उठविणे, कोटा आणि जयपूरच्या राजांशी भेट, मुंबई प्रांताच्या गर्व्हनरचे उदयपूरला आगमन या महाराणा जवानसिंग यांच्या काळातील महत्त्वाच्या घटना आहेत. २४ ऑगस्ट १८३८ च्या रात्री जवानसिंग आपल्या महालात झोपले असताना त्यांच्या डोक्यात असह्य वेदना होऊ लागल्या. अखेर खूप उपचार केल्यावरह ३० ऑगस्टला त्यांचे निधन झाले.

महाराणा सरदारसिंग

महाराणा जवानसिंग यांना एकही पुत्र नव्हता. त्यामुळे मेवाडच्या सामंतांनी विचार विनिमय करून ७ सप्टेंबर १८३८ रोजी सरदारसिंग यांना मेवाडचा महाराणा केले. त्यांचा जन्म २९ ऑगस्ट १७९८ ला झाला होता. सरदारसिंग यांचा राज्याभिषेक झाल्यावर मेवाडमध्ये अंतरिक कलहाचा पाया घातला गेला. काही लोकांचा सरदार सिंग यांना महाराणा करण्याला विरोध होता, ते विरोधात गेले.

गोडवाडला मेवाडमध्ये सामील करण्याचा प्रयत्न, शेरसिंग मेहताला बंदी करणे आणि रामसिंग याला प्रधान करणे, कुंवर स्वरूपसिंग यांचे दत्तक घेणे या काही महाराणा सरदारसिंग यांच्या काळातील महत्त्वाच्या घटना आहेत.

स्वरूपसिंग यांना दत्तक घेतल्यानंतर सरदारसिंग यांचा आजार (शरीरात आग होणे) वाढू लागला. ते वृंदावनच्या प्रवासाला निघाले. परत आल्यावर १३ जुलै १८४२ रोजी त्यांचे निधन झाले.

महाराणा स्वरूपसिंग

स्वरूपसिंग यांचा जन्म ८ जानेवारी १८१५ मध्ये झाला होता. महाराणा सरदारसिंग यांच्या निधनानंतर १५ जुलै १८४२ रोजी त्यांचा अभिषेक झाला. सिंहासनावर बसल्यावर अतिशय कुशलतेने त्यांनी कारभार करायला सुरूवात केली. कारण काही चमचेगिरी करणारे आणि स्वार्थी लोक त्यांना आपल्या बाजूने वळविण्यासाठी प्रयत्न करीत होते.

कोटाच्या रामसिंग यांचे उदयपूरला येणे, सलूंबर कुंवर केसरीसिंगवर महाराणा नाराज होणे, मेहता शेरसिंग याचे प्रधानांना भेटणे, महाराणाचा एकलिंगमध्ये मद्यपान त्याग करणे, मंदिर आणि परगाण्यांच्या व्यवस्थेसाठी महाराणाचा मेवाड दौरा, हेन्री लॉरेन्सचे उदयपूरला आगमन, देवळीच छावणी आणि रियासती ठाणी उभारणे या काही त्यांच्या कार्यकाळातील महत्त्वाच्या घटना आहेत. शेवटी नासूरचा भयंकर त्रास सहन करीत १६ नोव्हेंबर १८६१ मध्ये महाराणा स्वरूपसिंग यांचे निधन झाले.

महाराणा शंभूसिंग

स्वरूपसिंग यांच्या निधनानंतर १७ नोव्हेंबर १८६२ ला मेवाडच्या सिंहासनावर राजा म्हणून शंभूसिंग यांचा राज्याभिषेक झाला. या वेळी राजपुतान्याचे एजंट गर्व्हनर जनरल जॉर्ज लॉरेन्स उदयपूरला आले होते. त्यांनी महाराणी व्हिक्टोरिया यांच्या वतीने महारामा शंभूसिंग यांना वस्त्रे प्रदान केली.

शंभूसिंग यांच्या सत्ता काळात राज्याचा कारभार करण्यासाठी पाच सरदारांचे एक मंडळ स्थापन करण्यात आले. माजी एजंट गर्व्हनर जनरलच्या पदी ईडन यांची नियुक्ती करण्यात आली. महाराणाचे संलूंबरला आगमन, इ.स. १८६२ चा दुष्काळ, महाराणाचे अजमेरला येणे, लॉर्ड मेयोशी त्यांची भेट, कोटाचे महाराणा शत्रुशाल यांचे उदयपूरला येणे, महाराणाला जी.सी.एस. आयचे पदक मिळणे, कर्नल हैचिन्सन यांचे उदयपूरला येणे या काही शंभूसिंग यांच्या राजवटीतील महत्त्वाच्या घटना आहेत.

इ. स. १८७४ च्या ग्रीष्म ऋतूत महाराणा शंभुसिंग परिवारासह गोवर्धनविलासमध्ये होते. तिथेच १६ जुलै रोजी त्यांच्या पोटात दुखायला सुरूवात झाली. तेव्हा सर्व स्त्रियांना उदयपूरला पाठविण्यात आले. महाराणा गोवर्धन विलास येथेच राहिले. त्यांच्या आजारावर उपचार सुरू करण्यात आले. वैद्य त्यांच्या आजाराचे निदान करू शकले नाहीत. शक्य ते सर्व प्रयत्न करूनही वैद्यांना काही हा आजार बरा करण्यात यश आले नाही. शेवटी ७ ऑक्टोबर १८७४ रोजी त्यांचे निधन झाले.

महाराणा सज्जनसिंग

महाराणा शंभूसिंग यांचे निःसंतना देहावसन झाले. त्यामुळे बेदलाचे राव बख्तसिंग यांनी शक्तिसिंग यांचे पुत्र सज्जनसिंग यांना मेवाडचा महाराणा करण्याचा प्रस्ताव मांडला. त्यांनी मांडलेला हा प्रस्ताव बहुतेक सर्वांनी स्वीकारला. राजमहालाच्या राणीवासातूनही याला स्वीकृती मिळाली. त्यामुळे ८ ऑक्टोबर १८७४ रोजी मेवाडच्या सिंहासनावर महाराणा म्हणून त्यांचा राज्याभिषेक करण्यात आला. सज्जनसिंग यांचा जन्म ८ जुलै १८५९ रोजी झाला होता.

जानी बिहारी लाला यांचे महाराणाचे संरक्षक म्हणून नियुक्त होणे, चार्ल्स हार्बट यांचे उदयरपूरला येणे, प्रिन्स ऑफ वेल्स यांची भेट घेण्यासाठी महाराणांचे मुंबईला जाणे, गर्व्हनर जनरल नार्थब्रक यांचे उदयपूरला येणे, नाथद्वाऱ्यावर सैनिकी कारवाई करणे, नाथद्वाऱ्याची नवीन व्यवस्था, गोस्वामी गिरीधर गोपाल यांना पदच्यूत करून वृंदावनला पाठविणे, महाराणाची लॉर्ड लिंटन यांच्याशी भेट, डोंगरी भागाची नवीन व्यवस्था, महाराणाचा कुंभलगड भागाचा दौरा, पोलिसांची नवीन व्यवस्था, मेवाडचा दौरा, जयपूर, जोधपूरला जाणे, शेतकऱ्यांचे बंड, भिल्लांचे बंड, लॉर्ड रिपन यांचे चितौडला येणे आणि महाराणाला जी. एस. आय पदक देणे या काही महाराणा सज्जनसिंग याच्या राजवटीतील महत्त्वाच्या घटना आहेत.

१० डिसेंबर १८८४ ला रात्री सज्जनसिंग बेशुद्ध झाले आणि याच बेशुद्धावस्थेत २३ डिसेंबर १८८४ रोजी त्यांचे निधन झाले.

परिशिष्ट - १

घटनाक्रम

१.	गृहादित्याकडून मेवाड वंशाची स्थापना	सहाव्या शतकात
२.	वाप्पा रावल याचा कार्यकाळ	७३४-५३
३.	खुमाण दुसरा याचा कार्यकाळ	८१२-३६
४.	हमीरचा शासनकाळ	१३२६-६४
५.	लाखाचे राज्यारोहण	इ.स. १३८२
६.	मोकलचे राज्यारोहण	इ. स. १४२८
७.	महाराणा कुंभाचे सिंहासनारोहण	इ. स. १४३३
८.	रायमलची मेवाडवर सत्ता	इ. स. १४७३
९.	राणा सांगाचा अभिषेक	इ. स. १५०८
१०.	रत्नसिंहाचे राज्यारोहण	इ. स. १५२८
११.	विक्रमजीत यांचे राज्यारोहण	इ. स. १५३१
१२.	वनवीरचे राजा होणे	इ. स. १५३६
१३.	उदयसिंगाचा अभिषेक	इ. स. १५४०
१४.	महाराणा प्रतापचा जन्म	
	वीरविनोदनुसार	*३१ मे १५३९*
	नैनसी नुसार	*४ मे १५४०*
	कर्नल टॉड नुसार	*९ मे १५४९*

१५.	प्रतापचा राज्याभिषेक	२८ फेब्रुवारी १५७२
१६.	जलाल खान कोरचीचा तह प्रस्ताव	सप्टेंबर १५७२
१७.	मानसिंगाचा तह प्रस्ताव	इ. स. १५७३
१८.	भगवानदासचा तह प्रस्ताव	सप्टे. ऑक्टो. १५७३
१९.	तोडरमलाचा संधी प्रस्ताव	डिसेंबर १५७३
२०	अकबराचे अजमेरला जाणे	मार्च १५७६
२१.	मानसिंगाचे मेवाड प्रस्थान	३ अप्रिल १५७६
२२.	हळदीघाटीचे युद्ध	२१ जून १५७६
२३.	गोगुंद्यावर मोगल सत्ता	२३ जून १५७६
२४.	महाराणाची गोगुंद्यावर सत्ता	जुलै १५७६
२५.	अकबराचे मेवाडला जाणे	१३ ऑक्टोबर १५७६
२६.	उदयपूर गोगुंद्यावर प्रतापची पुन्हा सत्ता	मे-जून १५७६
२७.	शाहबाज खानचे मेवाडवर आक्रमण	ऑक्टोबर १५७७
२८.	कुंभलगडावर मोगल सत्ता	१३ एप्रिल १५७८
२९.	उदयपूरवर पुन्हा मोगल सत्ता	१४ एप्रिल १५७८
३०.	शाहबाज खानची दुसरी मेवाड मोहीम	१५ डिसेंबर १५७८
३१.	चंद्रसेनाचे मोगला विरूद्ध बंड	डिसेंबर १५७८
३२.	शाहबाज खानची तिसरी मेवाड मोहीम	९ नोव्हेंबर १५७९
३३.	खानखाना मेवाड मोहिमेवर	जून १५८०
३४.	जगन्नात कछवा मेवाड मोहिमेवर	६ डिसेंबर १५८४
३५.	मेवाडला पुन्हा स्वायतत्ता	१५८५
३६.	महाराणा प्रतापचे निधन	१९ जानेवारी १५९७

परिशिष्ट - २

श्रीमद्‌भागवातील मेवाड राजवंश

भारतातील अनेक राजवंशाप्रमाणे मेवाडच्या राजवंशाचा संबंधही प्राचीन इक्ष्वाकु वंशाशी असल्याचे मानले जाते. विविध पुरणात यातील वंशावळीमध्ये फरक आहे. ही वंशावळ पूर्णपणे सत्य समजली जाऊ शकत नाही. आधुनिक विद्वानांचे तर असेही मत आहे, की कालांतराने या भारतीय राजवंशांनी आपल्या वंशांचा संबंध प्राचीन सूर्य आणि चंद्र वंशाशी असल्याचे सिद्ध करण्यासाठी पुराणातील या वंशावळी आपल्या मनासारख्या तयार करून घेतल्या आहेत. त्याची सत्याअसत्यता पडताळणे हा काही आपला उद्देश नाही. फक्त वाचकांच्या माहितीसाठी श्रीमद्‌भगवताच्या आधारे सिसौदिया वंशाची प्राचीन वंशावळ येथे देत आहोत, जी खालीलप्रमाणे आहे.

१. आदि नारायण
२. ब्रह्मा
३. मरीची
४. कश्यप
५. विवस्वान (सूर्य)
६. वैवस्वत मनू
७. इक्ष्वाकु
८. विकुक्षी
९. पुरंणजय (ककुस्थ)
१०. अनेना (वेन)

११. पृथु
१२. विश्वरंध्री
१३. चंद्र
१४. युवानाश्व (प्रथम)
१५. शाश्वत
१६. वुहदश्व
१७. कुबलयाश्व
१८. दृढाश्व
१९. हर्यश्व (प्रथम)
२०. निकुंभ
२१. बर्हणाश्व
२२. कुशाश्व
२३. सेनाजित
२४. युवानाश्व (द्वितीय)
२५. मान्धाता
२६. पुरूकुत्स
२७. त्रददस्यु
२८. अनरश्य
२९. हर्यश्व (द्वितीय)
३०. अरूण
३१. त्रिबंधन
३२. सत्यव्रत (त्रिशंकू)
३३. हरिश्चंद्र
३४. रोहित
३५. हरित
३६. चम्प
३७. सुदेव
३८. विजय
३९. भरूक
४०. वृक
४१. बाहुक
४२. सागर
४३. असमंत्र्जस
४४. अंशुमन
४५. दिलीप
४६. भगिरथ
४७. भ्रुत
४८. नाभ
४९. सिंधुद्विप
५०. आयुतायु
५१. ऋतुपर्ण
५२. सर्वकाम
५३. सुदास
५४. मित्रसिंह (कल्माषापाद)
५५. अश्मक
५६. मूलक (नारीकवच)
५७. दशरथ (प्रथम)
५८. ऐडविड
५९. विश्वसिंग
६०. खटवांग
६१. दीर्घबाहु (द्वितीय)
६२. रघु
६३. अज
६४. दशरथ (द्वितीय)
६५. रामचंद्र
६६. कुश
६७. अतिथी
६८. निषध
६९. नभ
७०. पुण्डरिक

७१. क्षेसधन्वा
७२. देवानिक
७३. अनीदू
७४. परियात्र
७५. बल
७६. स्थल
७७. वज्रनाभ
७८. खगण
७९. विघृति
८०. हिरण्यनाभ
८१. पुष्य
८२. ध्रुव संधी
८३. सुदर्शन
८४. अग्निवर्ण
८५. शीघ्र
८६. मरू
८७. प्रशुश्रुत
८८. संधि
८९. अमर्षण
९०. सहस्वान
९१. विश्वसह
९२. प्रसेनजीत (प्रथम)
९३. तक्षक
९४. वृहदवल
९५. वृहद्रण
९६. उरूक्रिय
९७. वत्सवृद्ध
९८. प्रतिव्योम
९९. भानु
१००. दीवांक
१०१. सहदेव
१०२. वृहदश्व
१०३. भानुमान
१०४. प्रतीकाश्व
१०५. सुप्रतिक
१०६. मरुदेव
१०७. सुतक्षत्र
१०८. पुष्कर
१०९. अन्तरिक्ष
११०. सुतपा
१११. अमित्रजित
११२. बृहदाज
११३. वर्हि
११४. कृतत्र्जय
११५. रणत्र्जय
११६. संत्र्जय
११७. शाक्य
११८. शुद्धोद
११९. लांगल
१२०. प्रसेनजित (द्वितीय)
१२१. शूद्रक
१२२. रणक
१२३. सुरथ
१२४. सुमित्र

परिशिष्ट - ३
ज्योतदानातील उदयपूरची वंशावळ

१. वीर्यनाम

२. महारथी

३. अतिरथी

४. अचलसेन

५. कनकसेन

६. महासेन

७. दिग्विजयसेन

८. आजासेन

९. अभंगसेन

१०. महामदनसेन

११. सिद्धरथ

१२. विजयभूम

१३. पद्मादित्य

१४. शिवादित्य

१५. हरादित्य

१६. सुयशादित्य

१७. सोमादित्य

१८. शिलादित्य

१९. केशवादित्य

२०. नागादित्य

२१. भोगादित्य

२२. देवादित्य

२३. आशादित्य

२४. भोजादित्य

२५. ग्रहादित्य

***

मराठी डायमंड बुक्स

डायमंड बुक्स   X-30, ओखला इंडस्ट्रियल एरिया, फेज- II, नई दिल्ली- 110 020
फोन : 011- 40712100, www.diamondbook.in, sales@dpb.in

मराठी डायमंड बुक्स

डायमंड बुक्स
X-30, ओखला इंडस्ट्रियल एरिया, फेज- II, नवी दिल्ली- 110 020
फोन : 011- 40712100, www.diamondbook.in, sales@dpb.in

मराठी डायमंड बुक्स
नेटवर्क मार्केटिंग जाणून घ्या
सूर्या सिन्हा
नेटवर्क मार्केटिंग मध्ये सफलता मिळविण्याचे अचूक मंत्र
सूर्या सिन्हा
जीवनातील प्रेरक
तुमचे जीवन बदलून टाकणारे काही प्रेरक विचार
सूर्या सिन्हा
सकारात्मक विचारांची जादू
मन सकारात्मक जीवन सकारात्मक
क्रिकेट सर्वात मोठा फ्रॉड
छत्रपति शिवाजी
नरेंद्र मोदींचा नमो: मंत्र
महानायक नरेंद्र मोदी
जीत की हार
डॉ. उज्ज्वल पाटणी
जीवन बदलून टाकणाऱ्या कथा
गैस, एसिडिटी से मुक्ति के लिए 201 टिप्स
सफलतेचे सूत्र पॉझिटिव्ह थिंकिंग
नेटवर्क मार्केटिंग प्रश्न तुमचे उत्तर सूर्या सिन्हा यांचे
No. 1 Bestseller
कंप्लिट पर्सनॅलिटी डेव्हलपमेंट कोर्स
सर्वोच्च यशाचे गूपित
संघर्षातून शिखराकडे
प्रेमचंदांच्या निवडक कथा
मॅनेजमेंटचे मूळ मंत्र
3750+
वस्तुनिष्ठ सामान्य ज्ञान GK 2016
2100+
व्याख्यात्मक GK
नेटवर्क मार्केटिंग किती खरे किती खोटे
डॉ. उज्ज्वल पाटणी
डायमंड बुक्स
X-30, ओखला इंडस्ट्रियल एरिया, फेज- II, नवी दिल्ली- 110 020
फोन : 011- 40712100, www.diamondbook.in, sales@dpb.in

मराठी डायमंड बुक्स

डायमंड बुक्स X-30, ओखला इंडस्ट्रियल एरिया, फेज- II, नवी दिल्ली- 110 020
फोन : 011- 40712100, www.diamondbook.in, sales@dpb.in